D1680563

மு.முருகேஷ்

புதுக்கோட்டை மாவட்டத்திலுள்ள திருக்கோகர்ணத்தில் பிறந்தவர்.
தொழில்நுட்ப இயந்திரவியல் படித்தவர்,

முதுகலை தமிழ் முடித்து, இளமுனைவர் பட்ட ஆய்வும் செய்துள்ளார்.
திருமணத்திற்குப் பிறகு, வந்தவாசியில் வசித்து வருகிறார்.

தற்போது சென்னையில் 'இந்து தமிழ் திசை' நாளிதழில்
முதுநிலை உதவி ஆசிரியராகப் பணியாற்றுகிறார்.

40 ஆண்டுகளுக்கும் மேலாக படைப்பிலக்கியத் தளத்தில்
தீவிரமாகத் தொடர்ந்து இயங்கி வருகிறார்.

இவரின் 10 புதுக்கவிதை, 13 ஹைக்கூ கவிதை,
25 குழந்தை இலக்கியம், 17 கட்டுரைகள்,
சிறுகதை நூலொன்றும் இதுவரை வெளிவந்துள்ளன.
மேலும், 3 புதுக்கவிதை, 8 ஹைக்கூ கவிதை,
2 சிறுவர் கதை நூல்களையும்,
சாகித்திய அகாதெமிக்காக 'சிறுவர் நாடகக் களஞ்சியம்' எனும்
நூலையும் தொகுத்துள்ளார்.

மனித நேயத்தையும், வாழ்வின் மீதான தீராத காதலையும்
முன்நிறுத்தும் இவரது படைப்புகளுக்காக இதுவரை பல்வேறு
அமைப்புகள் வழங்கிய 25-க்கும் மேற்பட்ட பரிசுகளையும்
விருதுகளையும் வென்றுள்ளார்.

இலங்கை, சிங்கப்பூர், குவைத், மலேசியா ஆகிய நாடுகளில்
நடைபெற்ற இலக்கிய நிகழ்வுகளில் பங்கேற்றுள்ளார்.

இவரது படைப்புகள் இந்தி, மலையாளம், தெலுங்கு, கன்னடம்
உள்ளிட்ட இந்திய மொழிகளிலும், ஆங்கிலம், ஜப்பான் உள்ளிட்ட
உலக மொழிகளிலும் மொழியாக்கம் செய்யப்பட்டுள்ளன.
பல்கலைக்கழக அளவிலும், கல்லூரிகளிலும் பாடத்திட்டத்தில்
கவிதைகள் இடம் பெற்றுள்ளன. இவரது ஹைக்கூ மற்றும்
புதுக்கவிதைகளை 10-க்கும் மேற்பட்ட பல்கலைக்கழக மாணவர்கள்
முனைவர் மற்றும் இளமுனைவர் பட்ட ஆய்வுசெய்து,
பட்டம் பெற்றுள்ளனர்.

இவரது ஹைக்கூ கவிதைகள் எல்.பி.சாமி மொழிபெயர்ப்பில் மலையாளத்தில் 'நிலா முத்தம்' எனும் நூலாகவும், சிறுவர் கதைகள் பள்ளி மாணவி வி.சைதன்யா மொழிபெயர்ப்பில் ஆங்கிலத்தில் 'The first story told by a daughter to her mother' எனும் நூலாகவும் வெளிவந்துள்ளன.

தேர்வு செய்யப்பட்ட 100 ஹைக்கூ கவிதைகள் 'Let Haiku Blossoms' எனும் பெயரில் தமிழ், இந்தி, ஆங்கிலம் என மும்மொழிகளில் வெளியாகியுள்ளது. இவரது 10 ஹைக்கூ கவிதைகள் ஜப்பானிய மொழியில் மொழியாக்கம் செய்யப்பட்டுள்ளன.

இலக்கியம், கல்வி தொடர்பான நிகழ்வுகளில் கவிதை வாசிக்கவும், உரையாற்றுவதற்காகவும் மேற்கு வங்க மாநிலத்தில் கொல்கத்தா டார்ஜிலிங், கர்நாடக மாநிலம் மைசூரு பெங்களூரு, கேரள மாநிலம் இடுக்கி திருச்சூர், உத்தரப் பிரதேசம் ஆக்ரா, புதுடெல்லியிலுள்ள ஜந்தர்மந்தர், கோவா, ஆந்திர மாநிலம் விஜயவாடா, தெலங்கானா மாநிலம் ஹைதராபாத், ஒடிசா மாநிலம் பாரலக்கேமுண்டி, அசாம் மாநிலம் கவுகாத்தி, மணிப்பூர் மாநிலம் இம்பால் ஆகிய இந்திய மாநிலங்களுக்கும் பயணம் செய்துள்ளார்.

2009-இல் பெங்களூருவில் நடைபெற்ற 9-ஆவது உலக ஹைக்கூ கிளப் மாநாட்டில் பங்கேற்று, உலக அளவிலான ஹைக்கூ கவிதைப் போட்டியில் பரிசு வென்றதும், தமிழக அரசின் சமச்சீர்ப் பாடத்திட்ட நூல் தயாரிப்புக் குழுவில் இடம்பெற்றதும், ஹைக்கூ செயல்பாடுகளுக்காக குவைத் நாட்டில் 'குறுங்கவிச் செல்வன்' விருதினைப் பெற்றதும் குறிப்பிடத்தக்கன.

அமெரிக்க முத்தமிழ்ப் பல்கலைக்கழகம் இவரது இலக்கியப் பங்களிப்பிற்காக 'மதிப்புறு முனைவர்' பட்டத்தை (2022) வழங்கி கவுரவித்தது.

ஒன்றிய அரசின் சாகித்திய அகாதெமி வழங்கிய 2021-ஆம் ஆண்டிற்கான 'பால சாகித்திய புரஸ்கார்' விருதினை 'அம்மாவுக்கு மகள் சொன்ன உலகின் முதல் கதை' எனும் சிறுவர் கதை நூலுக்காகப் பெற்றுள்ளார்.

கட்டுரை நூல்களில் 17-ஆவது நூலாக மலரும் இந்நூல், இவரது 67-ஆவது நூலாகும்.

கீழிருந்து மேலெழும் எழுத்து

(கட்டுரை, நூல் மதிப்புரை, நேர்காணல்,
முன்னுரை, பயணப் பகிர்வு)

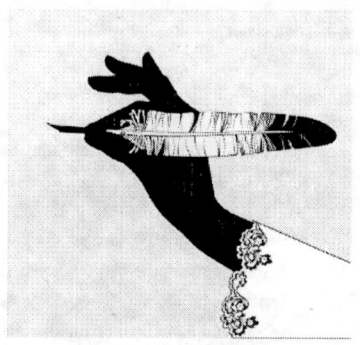

மு.முருகேஷ்

அகநி

வெளியீடு

வெளியீடு : 226
ISBN : 978-93-93866-67-7

கீழிருந்து மேலெழும் எழுத்து
(கட்டுரைகள், நேர்காணல்கள்)
© மு.முருகேஷ்

முதல் பதிப்பு	:	டிசம்பர் - 2024
பக்கம்	:	192
ஒளியச்சு	:	வந்தை முருகுபாரதி
அட்டை வடிவமைப்பு	:	லார்க் பாஸ்கரன்
அச்சாக்கம்	:	எம்.வி.ஆப்செட் பிரிண்ட்ஸ், சென்னை.
வெளியீடு	:	அகநி வெளியீடு,
எண்: 3, பாடசாலை வீதி,
அம்மையப்பட்டு, வந்தவாசி - 604 408
திருவண்ணாமலை மாவட்டம்
பேசி : 98426 37637 / 94443 60421
மின்னஞ்சல் : akaniveliyeedu@gmail.com

Keezhirundhu meelezhum Ezhuthu
(Essays & Interviews)
© Mu.Murugesh

First Edition	:	December- 2024
Pages	:	192
Laser Print	:	Vandhai Murugubharathi
Printing	:	M.V.Offset prints, Chennai.
Published By	:	AKANI VELIYEEDU,
No : 3, Padasaalai Street, Ammaiyappattu
Vandavasi - 604 408
Thiruvannamalai District
Cell : 98426 37637 / 94443 60421.

விலை: **ரூ.220/-**

எண்ணங்களின் காட்டாறு
ஆயிஷா இரா.நடராசன்

அன்பு நண்பர் மு.மு. அவர்களின் இந்த நூல் எளிமை யானது; ஆனால் அடர்த்தியானதும் கூட. பலதரப்பட்ட அனுபவங்களை தரவல்லது. பொதுவாகவே அவரது ஒவ்வொரு நூலுமே அப்படித்தான் என்றாலும் இந்தப் புத்தகம் அவரது எண்ணங்களின் காட்டாறு. கடந்து செல்லும் பாதை முழுதும் ஆக்கிரமித்து எல்லா அனுபவங் களையும் சேர்த்து தள்ளிவந்து, வாசகர் எனும் கடலில் சேர்த்திருக்கிறார். இந்த நூலில் இருந்து நான் கற்றதும் பெற்றதும் ஏராளம். தோழருக்கு என் வாழ்த்துகள்.

நண்பர் மு.மு.வை நான் ஏறத்தாழ முப்பதாண்டுகளாக அறிவேன். 1990-களில் நானும் அவருமாக மாநிலம் முழுதும் – இருந்த அன்றைய சிறார்களுக்கு கதைகள் சொல்லி, பல நூறு பேரைக் கதை சொல்லிகளாகவும் ஆக்கி இருக்கிறோம். நான் அதுபோன்ற செயல்பாடுகளில் அதிகம் பற்று வைக்க மாட்டேன். எப்போதும் வாசிப்பு என்னைப் பற்றிக்கொள்ளும். மு.மு. பாடுவார், ஆடுவார், தனி நடிப்பு செய்து குழந்தைகளை ஈர்ப்பார். 'என்னதான் சொல்லிச்சாம் கோழிக்குஞ்சு' என்று அவர் பாட, குழந்தைகள் அழுவதை ரசித்திருக்கிறேன். 'அப்புறம்... என்ன ஆச்சு தெரியுமுல்ல?' என்று கச்சிதமாக கதையை இக்கு வைத்து அரங்கத்தின் ஆச்சரியப் பார்வைகளின் ஆர்வத்தை அவர் தூண்டும் காட்சிகள் இன்றும் நிழலாடு கின்றன. இந்த நூலில் தொகுக்கப்பட்டுள்ள கட்டுரைகள் கூட அவரோடு உட்கார்ந்து பேசும் அனுபவத்தையே தரு கின்றன. மிக சுவாரசியமான உணர்ச்சியைத் தூண்டும் அவசரமற்ற அவசியப்பூர்வமான திண்ணை பேச்சு இந்த நூல்.

'இந்து தமிழ் திசை' தொடங்கி, செம்மலர், புத்தகம் பேசுது...என பல்வேறு இதழ்களில் ஒரு பத்திரிகையாளராக அவர் கொட்டித் தீர்த்திருக்கும் உணர்வுகள் இவை. இலக்கிய ஆளுமைகளின் நூற்றாண்டு கட்டுரைகள், எழுத் தாளர்கள் தமிழ் அறிஞர்களின் நினைவஞ்சலிகள், நல்ல பல நூல்களுக்கான மதிப்புரைகள், ஒரு பயணப் பகிர்வு, கூடவே இரு ஆளுமைகளின் விரிவான நேர்காணல். ஒரு தலைசிறந்த சிறு பத்திரிகை வாசித்த ஆழமான அனுபவத்தை நீங்கள் பெறமுடியும்.

- 'திராவிடத்தின் வானம்பாடி' என்று கவிஞர் மு.முருகேஷ் அழைக்கும் வீறுகவியரசர் என்று போற்றப் படும் முடியரசனாரின் நூற்றாண்டு கட்டுரையோடு இந்த நூல் தொடங்குகிறது. இந்தித் திணிப்புக்கு எதிரான எழுச்சிக் குரலாக 'பூங்கொடி' நூலாசிரி யராக, தனித்தமிழ் இலக்கியத் தளபதியாக அவரை குறித்து இளைய தலைமுறைக்கு அவர் அறிமுகப் படுத்துகிறார்.

- தமிழ்ச் சிறுகதை உலகில் காந்தியத்தின் குரலாக ஒலித்த ஞானபீட விருது பெற்ற அகிலனின் நூற்றாண்டு கட்டுரையில் அவரது நூற்றுக்கணக்கான சிறுகதைகளை ஆழமான ஆய்வுக்கு உட்படுத்துகிறார் நூலாசிரியர். தனது 22 வயதில் அகிலன் எழுதிய 'மங்கிய நிலவு' நாவல் பற்றி அநேகமாக இந்த நூல்தான் உங்களுக்கு முதல் தகவல் தருகிறது என்று நினைக்கிறேன்.

- அதேபோல அடுத்து, குழந்தைக் கவிஞர் அழ.வள்ளி யப்பா பற்றிய கட்டுரை. இது இந்த நூலுக்கே மகுட மாக மிளிர்கிறது. பள்ளிப் பருவத்தில் தின்பண்டம் வாங்கிட வீட்டிலே கொடுத்த காசை சேர்த்து வைத்து, புத்தகம் வாங்கி வாசித்ததோடு ஊரில் இளைஞர்கள் உருவாக்கிய 'விவேகானந்தர் வாசக சாலை'யில் இணைந்து, வாசிப்பை தன் வாழ்வின்

அங்கமாக்கிய 'சிறுவன்' வள்ளியப்பா பற்றி வாசித்து நான் சிலிர்த்தேன். இப்படி தேடித்தேடி நமக்காக பல தகவல்களைத் திரட்டிய நூலாசிரியரை எவ்வளவு பாராட்டினாலும் தகும்.

கவிஞர் மு.முருகேஷ் இந்த நூலில் அடுத்து அஞ்சலி கட்டுரைகளை வழங்கி இருக்கிறார். எழுத்தாளர் ஜெயகாந்தன் குறித்த பதிவு நெகிழ வைக்கிறது. 'கனவு நாயகன்' கலாம் பற்றி பதிவு ஏங்க வைக்கிறது. அப்துல் ரகுமான், ஔவை நடராசன் ஆகியோர் பற்றிய பதிவுகள் என் சொந்த உறவினரைப் பறிகொடுத்த துக்கத்தைத் தூண்டி நிற்கின்றன. 'இலக்கிய வீதி' இனியவனின் மறைவும் அஞ்சலியும் மனதைப் பிசைந்து, அவர் விட்டுச்சென்ற வெற்றிடத்தை நினைக்க வைக்கிறது.

தங்கம் மூர்த்தியின் 'கூடு திரும்புதல் எளிதன்று', நண்பர் பல்லவிகுமாரின் 'உதிரும் பூக்களின் இறுதிக் கவிதைகள்' ஆகிய நூல்களைக் கவிஞர் மு.முருகேஷ் அறிமுகம் செய்து மதிப்புரை தரும் விதம் ரொம்ப ரசிக்கத்தக்கது. கவிதைகளை வாசிப்பதும் உச்சிமோந்து அனுபவிப்பதும் வேறு; அந்த நம் அனுபவத்தை பதம் மாறாமல் சுடச்சுட நூலறிமுகமாக்கி, அதிலும் கவிதையின் நிழல், அதன் பின்புறத் தகவல் என விரிவடைந்து மு.மு.வின் அறிமுகத்தை வாசிப்பவர்கள் கண்டிப்பாக நூல்களை வாங்கி வாசிப்பார்கள்.

தனது 'கோவேறு கழுதைகள்' நாவல் மூலம் தமிழில் இன்றும் பேசப்படும் இமையம் எனும் ஆளுமையின் நேர்காணல் மிக நேர்த்தியானது. 'எதை எதையோ பற்றி எழுதுகிறாயே உன்னைப்பற்றி எழுது' என்ற ஆசிரியர் ஆல்பர்ட்டின் வார்த்தைகளால் தைக்கப்பட்டு, அன்று நள்ளிரவில் தன் ஊரின் ஆரோக்கிய மேரி எனும் தாய் பெருங்குரலில் உருகி ஓலமிட்ட ஒப்பாரியையே தான் 'கோவேறு கழுதையாக' ஆக்கியதாக இமையத்தை இது குறித்து சொல்ல வைத்திருக்கிறார் மு.மு.

அடுத்து நான் மதித்து போற்றும் எழுத்தாளர் மு.ராஜேந்திரன் ஐ.ஏ.எஸ். இவரது நேர்காணலே மிகவும் வித்தியாசமாக இருக்கிறது. 'உங்களால் மறக்க முடியாத மனிதர் என்று யாரேனும் உண்டா?' என்று கேட்கிறார் மு.மு. அதற்கு 'இரண்டுபேர். ஒருவர் மிஸ்டர் பொதுஜனம்... என்னைச் சிறந்த நிர்வாகஸ்தனாக செதுக்கியவர். மற்றொருவர் மிஸ்டர் வாசகர்... என்னை என் எழுத்துக்களைப் பதப்படுத்தியவர்' என்று அறிஞர் மு.ரா பதிலளிப்பது எத்தனை பெரிய பாடம்!

நூலின் நிறைவாக இடம்பெற்றிருக்கும் கவிஞர் மு.மு.வின் அந்தமானின் கவித்துவ பயண அனுபவம், நமக்கு அவரது எழுத்துப் பயிற்சியின் எல்லைகள் விரிந்து பறந்து விஸ்தரிப்பு அடைவதன் அடையாளமாக மிளிர்கின்றன.

வாசிப்பு ஒரு அரசியல் செயல்பாடு என நம்புகிறவன் நான். எழுத்தும் அப்படியே. தனது பெரும்பற்றுக்கொண்ட இடதுசாரி முற்போக்கு தளத்தில் இருந்து பிசகாமல் வாசிப்பை எழுத்தைச் சரியான திசையில் செலுத்தி, தனது வாசகர்களை ஈர்க்கும் சாகித்ய அகாடமி விருதாளர் மு.முருகேஷ் எனும் எழுத்துப் பட்டறையில் இருந்து வெளிவந்திருக்கும் இந்த நூலை அனைவரும் வாசித்து எழுச்சிபெற வாழ்த்துகிறேன்.

.... ஆயிஷா இரா.நடராசன்

கடலூர்

பின்னிருந்து கேட்கும் குரல்கள்

"**எ**ன்னத்தடா எப்பப் பாத்தாலும் குனிஞ்சு உக்காந்து எழுதிக்கிட்டே இருக்கே. முதுகு வலிக்கப் போகுது..!"

நான் தரையில் உட்கார்ந்து படிக்கும் போதெல்லாம் எதுவும் சொல்லாமல் பார்த்துக்கொண்டு போகும் அம்மா, கீழே உட்கார்ந்து நான் எழுதும்போது மட்டும் இப்படித்தான் சொல்லிப் போவார்.

நாற்காலியில் வசதியாக உட்கார்ந்துகொண்டு, மேசை மீது வைத்து எழுதும் வசதியெதுவும் என் வீட்டில் இருந்தது கிடையாது. ஏதேனும் ஒரு நோட்டுப் புத்தகத்தின் மீது வைத்துதான், கடிதங்களை, கதை கவிதைகளை எழுதுவது என் வழக்கம்.

எழுதும் சுவாரசியத்தில் முதுகு ரொம்பவே குனிந்து போயிருக்கும் போலும். என்னைக் கடந்துபோகும் அப்பா, அம்மாவிடம் சொல்லிவிட்டுப்போவார்.

"உம் புள்ளையாண்டனை நிமிந்து உக்காந்து எழுதச் சொல்லு; இப்பவே கூன் விழப்போவுது."

அப்பா அம்மா இருவருக்குமே என் மீது மட்டுமல்ல; என் எழுத்தின் மீதும், எனது செயல்பாடுகளின் மீதும் அவ்வளவு நம்பிக்கை. 'எம்புள்ளை எது செஞ்சாலும் நல்லதைத்தான் செய்வான்' என்று அப்பாவும் அம்மாவும் என்மீது கொண்ட அளப்பற்ற நம்பிக்கையே என்னை இன்றைக்கும் எழுதவும், இயங்கவும் வைத்திருக்கிறது.

முப்பத்தாறு ஆண்டுக்காலங்கள் நேற்றைப்போல சட்டெனக் கடந்தோடிவிட்டன. நாற்காலியில் அமர்ந்த படி, மேசை மீதிருக்கும் கணினியில் தட்டச்சு செய்து கொண்டிருக்கும் எனக்குப் பின்னாலிருந்து அம்மாவின்

குரலும், அப்பாவில் குரலும் விடாமல் கேட்டுக்கொண்டேயிருக்கிறது. நானும் எழுதிக்கொண்டே இருக்கின்றேன்.

எதையோ எதிர்பார்த்து எழுதப்படும் படைப்புகள், அந்த எதிர்பார்ப்பு நிறைவேறியவுடனே எழுத்தாளனது படைப்பின் ஊற்றுக்கண் அடைந்து போய்விடும். நாம் வாழும் சமூகத்தில் நம்மைப் பாதிக்கும் விஷயங்களை உளப்பூர்வமாக உணர்ந்து, அதன் மாற்றத்திற்கான சிறு நகர்வாக நம் படைப்பு அமைந்தால்கூட போதும் எனும் மனநிறைவோடு எழுதும் எழுத்தாளனிடமிருந்து படைப்புகள் என்றென்றும் சுரந்தபடியே இருக்கும்.

வாழ்வின் நெருக்குதலுக்கான பணிகளுக்கிடையிலும் வாசிப்பதையும் எழுதுவதையும் நான் ஒருபோதும் நிறுத்தியதேயில்லை. வாசிப்பென்பது என்னளவில் வாழ்தலுக்கான சுவாசிப்பு போலவே தவிர்க்கவே முடியாத ஒன்றாகவே கருதுகிறேன். அதேபோல், ஒன்றை எழுத வேண்டுமென்று நினைத்துவிட்டால் இடம், சூழல், வசதி என்பதெல்லாம் இரண்டாம்பட்சமாகி விடும் எனக்கு. அதை எழுதி முடிக்கும்வரை பரபரவென்றிருக்கும் மனம்.

எனது தொடர் பத்திரிகை பணிகளுக்கிடையில் தான் இவ்வளவையும் என்னால் எழுத முடிந்திருக்கிறது. நேர்காணலுக்காகச் சென்றபோது கிடைத்த நிமிடங்கள், பேருந்தின் வரவிற்காக காத்திருந்த் பொழுதுகள், இரயில் பயணங்கள், நிகழ்வுகளுக்காக வெளியூர் சென்ற நேரங்களில் மிஞ்சிய கணங்கள், தூக்கம் தப்பிய இரவுகள்... இவைதான் என் எழுத்துக்களாக உருமாறியுள்ளன. எழுதுவதென்பது நாம் வாழும் சமூகத்தோடும், சக மனிதர்களோடும் கொண்டிருக்கும் நெருக்கமான உறவுக்கான பாலம் என்பதாகவே நான் புரிந்திருக்கின்றேன். இந்த உறவில்லையெனில் இந்த மண்ணோடும், மக்களோடுமான உறவென்பதும் அர்த்தமற்றதாகி விடும். எனக்கு அவ்வாறிக்க ஒருபோதும் சம்மதமில்லை. ஆகவே, எழுதினேன்; எழுதிக்கொண்டிருக்கின்றேன்; இன்னமும் எழுதுவேன்.

இந்த நூலிலுள்ள கட்டுரைகள் சென்ற தலைமுறையின் மேதைகள் சிலரைப் பற்றியும், சமகாலத்தின் ஆளுமைமிக்க படைப்பாளர்கள் சிலரைப் பற்றியும் எழுதப்பட்டவை. சில கட்டுரைகளை எனது நினைவுக்குறிப்பை மட்டுமே ஆதாரமாகக் கொண்டு எழுதியிருக்கிறேன். பல கட்டுரை களை எழுதுவதற்கு முன்பாக, அந்த எழுத்தாளர்களின் மொத்த தொகுப்புகளையும் தேடிக்கண்டெடுத்து மறு வாசிப்பு செய்து, அவர்களைப் பற்றிய தரவுகளைத் திரட்டி, எனக்குள் போதும் என்ற உணர்வு உண்டான பிறகே எழுதினேன். அதிலும் குறிப்பாக, எழுத்தாளர் அகிலன், அறிவியல் மாமேதை அப்துல் கலாம் ஆகியோரது கட்டுரைகள் பல மாத கால உழைப்பில் உருவானவை.

எப்போதும் புத்தகங்களைப் படித்துக்கொண்டிருந் தாலும் எல்லாப் புத்தகங்களுமே நமக்குப் பிடித்துப் போவதில்லை. சில நூல்களே படித்து முடித்த பிறகும் நம்மை விட்டு விலகாமல் நம்மோடு கூடவே பயணிக் கின்றன. அப்படியான 8 நூல்களைப் பற்றிய எனது பார்வை யையும் இந்நூலில் பகிர்ந்துள்ளேன். இந்த விமர்சனத்தை எழுத பலமுறை அந்த நூல்களைப் படித்திருக்கிறேன். பல நாள்களைச் செலவழித்து எழுதியிருக்கிறேன். ஒரு நல்ல நூலை, சக நண்பர்களுக்கு அறிமுகம் செய்யும் நோக்கிலும், நல்ல நூலொன்று வாசகனின் கவனத்திற்கு வராமல் போய்விடக் கூடாதேயென்கிற பெருவிருப்பதிலும் எழுதப்பட்ட நூல் அறிமுகங்கள் இவை.

இந்த நூல் அறிமுகங்கள் வெளியானதுமே, நூல் எங்கே கிடைக்கும் என்று சில நண்பர்கள் என்னை அழைத்துக்கேட்டனர். மேலும் இந்த நூல்களைக் கேட்டு வாங்கிச் சென்றதாகவும் நண்பர்கள் கூறினர். இதனையே என் எழுத்தின் பயனாக எண்ணி மகிழ்கிறேன். இதை வாசிக்கும் நீங்களும் ஓரிரு நூல்களையாவது தேடிப் படித்தால் என் மகிழ்ச்சி இரட்டிப்பாகி விடும்.

இந்நூலிலுள்ள இரு நேர்காணல்களும் என் பாசமிகு அண்ணன்களான இரு எழுத்தாளுமைகளின் வெகு

இயல்பான நேர்காணல்களாக அமைந்திருக்கின்றன. எழுத்தாளர் இமையமும் (செப்டம்பர் 2017), எழுத்தாளர் மு.ராஜேந்திரனும் (ஜனவரி, 2023) எழுத்தைப்போலவே வாழ்க்கையிலும் உண்மையாக இருப்பவர்கள். இருவருமே சாகித்திய அகாதெமி விருதினைப் பெற்று, விருதுக்கும் பெருமை சேர்த்த தமிழ்ப் படைப்பாளிகள் என்பதில் நாம் பெருமிதம் கொள்ளலாம். இவ்விரு ஆளுமைகளைப் பற்றியும் இன்னும் நெருக்கமாக நீங்கள் உணர்ந்துகொள்ள இந்த நேர்காணல்கள் வழிவகுக்குமென நம்புகிறேன்.

கடந்த கால்நூற்றாண்டுகளாக ஹைக்கூ கவிதை மீதான காதலோடு ஹைக்கூ கவிதைத் திருவிழா, நூல் வெளியீடு, கவியரங்கம், கருத்தரங்கம், கலந்துரையாடல் என தமிழகத்தின் பல்வேறு மாவட்டங்களில் நடத்தி வந்த போதிலும், முதன்முதலாக இந்திய மாநிலமொன்றில் நடத்திய 'ஹைக்கூ திருவிழா' எனும் வகையில் அந்தமானில் நடைபெற்ற 'தமிழ் ஹைக்கூ: இரண்டாவது உலக மாநாடு' மிகுந்த முக்கியத்துவம் வாய்ந்தது. இதைப் பற்றி தனியாகவே ஒரு நூலெழுதும் அளவுக்கான அனுபவங்களும், தரவுகளும் என்னிடத்தில் உள்ளன என்றாலும் சுருக்கமானதொரு பகிர்வாக எழுதிய பயணக் குறிப்பொன்றினையும் இந்நூலின் நிறைவாக இணைத் துள்ளேன்.

என் முப்பதாண்டுக்கால தோழமைக்குரிய எழுத்தாளர் ஆயிஷா இரா.நடராசன், இந்த நூலுக்குத் தந்துள்ள முன்னுரை என்னை மிகவும் நெகிழச் செய்தது. எதையும், எதன் பொருட்டும் மறக்காத பேருள்ளம் வாய்த்தவர் ஆயிஷா இரா.நடராசன். சோர்வில்லாமல் தானும் எழுதுவதோடு, பலரையும் எழுதத் தூண்டும் அவரது பண்பு எனக்கும் பிடித்தமானதே. இந்நூலுக்கான முன்னுரையை கனிந்த வார்த்தைகளைக் கொண்டு எழுதியுள்ள என் மனம் கவர்ந்த எழுத்தாளுமை ஆயிஷா இரா.நடராசன் அவர்களுக்கு நன்றி என்று சொல்வதைவிட, அவரது இரு கைகளையும் இறுகப் பற்றிக்கொள்வதே எனக்கு மிகுந்த நிறைவளிப்பதாக இருக்கிறது.

இந்நூலைத் தொகுத்த பிறகு, 'நூலுக்கு என்ன தலைப் பிடலாம்?' என்கிற யோசனையிலேயே சில மாதங்கள் கடந்தோடின. இக்கட்டுரைகளை மீண்டும் ஒருமுறை படிக்கையில் சட்டென ஒரு பொறி போல எனக்குள் கிளம்பியதே... 'கீழிருந்து மேலெழும் எழுத்து' எனும் இந்நூலுக்கான தலைப்பு.

'தலை குனிந்து படிப்பதும் எழுதுவதும், தலை நிமிர்ந்து வாழ்வதற்கே!' எனும் சொல் வழக்கொன்று தமிழில் உண்டு. என் எழுத்தும் சிந்தனையும் கீழிருக்கும் அடித்தட்டு மக்கள் மேலெழுந்து வருவதற்கான சிறு தூண்டுதலையாவது உண்டாக்கும் முயற்சியில் இருக்க வேண்டுமென்கிற உறுதியுடன் எழுதுவதால், இந்நூலும் அதிலொரு துளியாகக் கலப்பதில் பெருமகிழ்ச்சி.

இந்நூலைப் படித்துவிட்டு, உங்கள் மனதில் பட்ட சில வார்த்தைகளையேனும் சொல்லுங்கள்; சொல்ல ஏதுமில்லா விட்டாலும் முகம் பார்த்து சிறு புன்னகை யொன்றை உதிர்த்துவிட்டாவது போங்கள்; அதுபோதும் எனக்கு.

'என்னத்த' எழுதினாலும் அதில் நம் எண்ணத்தையும் எழுத வேண்டுமென்கிற என் எழுத்துப் பயணம் என்றும் தொடரும்.

21.10.2024   மு.முருகேஷ்
வந்தவாசி – 604 408
செல்: 94443 60421
மின்னஞ்சல்: haiku.mumu@gmail.com

என்றும் நன்றி...

இந்து தமிழ் திசை
செம்மலர்
இனிய உதயம்
புத்தகம் பேசுது
திசை எட்டும்
தமிழ்ப் பல்லவி
வளரி
உகரம்

இந்நூல்...

எப்போதும் என்னை எழுதத் தூண்டும்,
எழுத வைத்து அழகு பார்க்கும்
ஆருயிர்க் கவிஞர்
ஆரூர் தமிழ்நாடன் அவர்களுக்கு.

உள்ளெழுந்த எழுத்துகள்...

இலக்கிய ஆளுமைகளின் நூற்றாண்டு

1. கவிஞர் முடியரசன்
2. எழுத்தாளர் அகிலன்
3. குழந்தைக் கவிஞர் அழ.வள்ளியப்பா
4. எழுத்தாளர் தொ.மு.சி. ரகுநாதன்

நினைவஞ்சலி:

1. எழுத்தாளர் ஜெயகாந்தன்
2. அறிவியல் மாமேதை ஏ.பி.ஜெ.அப்துல் கலாம்
3. எழுத்தாளர் மேலாண்மை பொன்னுச்சாமி
4. கவிக்கோ அப்துல் ரகுமான்
5. கவிஞர் நிர்மலா சுரேஷ்
6. கவிஞர்கள் பழ.அன்புநேசன், மல்லிகை தாசன், அமீர்ஜான், செல்லம் ரகு
7. இதழாளர் கழுகு இராமலிங்கம்
8. தமிழறிஞர் ஔவை நடராசன்
9. இலக்கிய வீதி இனியவன்

வாசிப்பில் ருசித்த நூல்கள்:

1. ஒரு கூடை பழமொன்ரியு - ஈரோடு தமிழன்பன்
2. கூடு திரும்புதல் எளிதன்று - தங்கம் மூர்த்தி
3. உதிரும் பூக்களின் இறுதிக் கவிதைகள் - பல்லவி குமார்
4. தமிழ்ச் சிறுகதையின் தடங்கள் - ச.தமிழ்ச்செல்வன்
5. மகடூஉ - தொகுப்பு: அருணா சுந்தரராசன்
6. வண்ணத்துப்பூச்சிகளுடன் ஒரு வனவாசி - கவித்தாசபாபதி
7. ஆசு கவிதைகள் - ஆசு
8. மீன்கள் உறங்கும் குளம் - பிருந்தா சாரதி

நேர்காணல்:

1. எழுத்தாளர் இமையம்
2. எழுத்தாளர் மு.ராஜேந்திரன், இ.ஆ.ப.,

பயணப் பகிர்வு:

1. அள்ளிப் பருகிய அந்தமானின் ஹைக்கூ அழகு

இலக்கிய ஆளுமைகளின் நூற்றாண்டு

வீறுகவியரசர் முடியரசன் (1920-2020)
திராவிட நாட்டின் வானம்பாடி

தமிழகத்தில் இந்தி மொழித் திணிப்பிற்கு எதிரான போராட்டங்கள் கனன்று கொண்டிருந்த நேரமது. 1964 இல் 'பூங்கொடி' (மொழிக்கொரு காப்பியம்) எனும் நூல் வெளியானது. தமிழ் உணர்வாளர்களையும் இளைஞர்களையும் இந்த நூலிலுள்ள கவிதைகள் வீறுகொள்ளச் செய்தன. இந்தி எதிர்ப்புப் போராட்டத்தில் ஈடுபட்டதாகக் கூறி, இந்நூலை எழுதிய கவிஞர் மீது காவல்துறை வழக்குத் தொடுத்தது.

1966-இல் அப்போதைய காங்கிரஸ் அரசு இந்நூலைத் தடை செய்யவும் ஏற்பாடு செய்தது. 1967-இல் தி.மு.க. ஆட்சிக்கு வந்ததும், 'பூங்கொடி' நூலுக்கான தடை விலக்கப்படுகிறது.

தமிழக முதல்வராக மு.கருணாநிதி இருந்த போதும், எம்.ஜி.ஆர். இருந்த போதும் இருமுறை தமிழக அரசவைக் கவிஞராகும் வாய்ப்பு கவிஞரைத் தேடி வந்தன. தனது

தனித் தமிழ்நாடு கோரிக்கைக்கு இப்பொறுப்பு தடையாக இருக்குமென்று எண்ணி, இருமுறையும் தனக்கு அப்பதவி வேண்டாமென தட்டிக் கழித்தார்.

தன் வாழ்நாளின் கடைசி மூச்சுவரை, 'தமிழ் வாழ்வே தம் வாழ்வென' எண்ணி, மாறா கொள்கையுடன் வாழ்ந்த வர் கவிஞர் முடியரசன். பெரியகுளத்தில் பிறந்து, காரைக் குடியில் அரைநூற்றாண்டுக்கும் மேலாக வாழ்ந்தவர், புரட்சிக் கவிஞர் பாரதிதாசனுடடான நெருங்கிய நட்பின் காரணமாக தனது இயற்பெயரான துரையரசுவை விடுத்து, முடியரசனானார்.

சுப்புராயலு சீதாலெட்சுமி தம்பதியினரின் மகனாக 7.10.1920-இல் பிறந்த முடியரசனின் தொடக்கக் கல்வி, பெரியகுளத்திலுள்ள திண்ணைப் பள்ளியில் தொடங் கியது. மேலைச்சிவபுரியில் மேற்கல்வி பயின்றார். இளம் வயதிலேயே பெரும்புலவரான தனது தாய்மாமா துரைசாமி மூலமாக, மொழிப்பற்றையும் இலக்கிய உணர் வையும் வளர்த்துக் கொண்டார். சிறிய வயதிலேயே தந்தை பெரியாரைச் சந்திக்கும் வாய்ப்பு கிட்டியது. தொடக்க காலத்தில் கடவுள் பற்றிய கவிதைகளை எழுதிக் கொண்டிருந்தவருக்கு, 1940-இல் தந்தை பெரியாரின் தன்மான இயக்கத்துடன் உண்டான தொடர்பு, அவரது சிந்தனையிலும் மாற்றத்தை உண்டாக்கியது.

அதற்குப் பிறகு, சமுதாய சூழல், மொழி, நாடு, இயற்கை வளம் என தன் கவிதைகளின் பாடுபொருள்களை மாற்றிக் கொண்டார். 21-ஆவது வயதில் இவரெழுதிய 'சாதி என்பது நமக்கு ஏனோ?' எனும் கவிதையை, அண்ணா தனது 'திராவிட நாடு' இதழில் பிரசுரித்தார். எந்தப் பொருள் பற்றி எழுதினாலும் அதில் தமிழின் செழுமையும் வீறார்ந்த உணர்ச்சியும் இருக்கும் வண்ணம் கவிதை எழுதுவதில் வல்லவர் எனப் பெயர் பெற்றார்.

1944-ஆம் ஆண்டு நாடகத்தில் பாடல், உரையாடல் எழுதும் பணிக்காக நவாப் டி.எஸ்.இராசமாணிக்கத்தின்

ஸ்ரீ தேவி பாலவினோத சபாவில் சேர்ந்தார். இயல்பிலேயே சுதந்திரச் சிந்தனையும் பகுத்தறிவுக் கொள்கையுமுடைய முடியரசனுக்கு, அந்த நாடகக் குழுவில் இருந்த கட்டுப்பாடுகளும் மத வழிபாட்டு முறைகளும் சற்றும் பிடிக்கவில்லை. நாடகக் குழுவிலிருந்து வெளியேறினார்.

1945-இல் திருப்பத்தூரில் பெரியார் தலைமையில் நடைபெற்ற திராவிடர் கழக மாநாட்டுத் தீர்மானத்தை முன்மொழிந்து பேசினார் முடியரசன். இந்த மாநாட்டில் தான் கவிஞருக்கும் அண்ணாவுக்குமான நேரடிச் சந்திப்பு முதன்முதலாக நிகழ்ந்தது.

'மொழிஞாயிறு' ஞா.தேவநேயப்பாவாணரும், மா.இராச மாணிக்கனாரும் தமிழாசிரியராகப் பணியாற்றிய சென்னை முத்தியாலுப்பேட்டை உயர்நிலைப் பள்ளியிலும் (1947-49), காரைக்குடி மீ.சு. உயர்நிலைப்பள்ளியில் 29 ஆண்டுகளும் தமிழாசிரியராகப் (1949-78) பணியாற்றினார்.

1948-ஆம் ஆண்டில் கலைச்செல்வியை (சரஸ்வதி) சாதி மறுப்புத் திருமணம் செய்துகொண்ட முடியரசன், திருமணமான சில மாதங்களிலேயே தனது துணைவியாருடன் இந்தி எதிர்ப்புப் போராட்டத்தில் கலந்துகொண்டார்.

திரைத்துறையில் பணியாற்றும் ஆர்வத்தோடு சென்னைக்குச் சென்று, எம்.ஆர்.ராதா நடித்த 'கண்ணாடி மாளிகை' எனும் படத்திற்கு பாடல்களும் உரையாடலும் எழுதினார். திரைத்துறையில் இருந்த சிறுமைகளைக் கண்டு வெறுப்புற்ற கவிஞர், தனது தன்மானத்திற்கு இடமில்லை என்று தெரிந்ததும் அங்கிருந்து வெளியேறி, காரைக்குடிக்கே வந்து கல்விப் பணியைத் தொடர்ந்தார்.

1940-களுக்குப் பிறகு திராவிட இயக்கத்தின் சார்பில் வெளியான அனைத்து இதழ்களிலும் முடியரசனின் கவிதைகள் தொடர்ந்து இடம்பெறத் தொடங்கின. தமிழ் மொழியின் மரபுச் செழுமையை சிறப்பிக்கும் வகையில் எண்ணற்ற மரபுக் கவிதைகளைத் தொடர்ந்து எழுதினார். கவியரங்க மேடைகளிலும் அனல் பறக்கும் கவிதைகளைப்

பாடினார். அவை பின்னாளில் 'கவியரங்கில் முடியரசன்' எனும் நூலாகவும் வெளிவந்தது.

'என் மூத்த வழித்தோன்றல் முடியரசனே' என்று புரட்சிக் கவிஞர் பாரதிதாசனால் பாராட்டப்பெற்ற பெருமை யுடைய கவிஞர் முடியரசன், 18 கவிதை, 3 காப்பியங்கள், 3 கதைகள், தலா இரு கட்டுரை, கடித இலக்கியம், 4 பாடநூல்கள் என முப்பதுக்கும் மேற்பட்ட நூல்களைப் படைத்துள்ளார்.

1954-இல் கவிஞரின் 'முடியரசன் கவிதைகள்' எனும் முதல் நூல் வெளியானது. சிறப்பான தனது கல்விப் பணிக்காக 1974-இல் நல்லாசிரியர் விருதினைப் பெற்றார். 2000-ஆம் ஆண்டில் கவிஞர் முடியரசனின் படைப்பு களைத் தமிழக அரசு நாட்டுடைமையாக்கியது.

'கவிஞன் யார்..?' என்பதற்கான எடுத்துக்காட்டுத் தானய்யா திராவிட இயக்கப் பகுத்தறிவுக் கவிஞர் முடியரசன்' என்று தந்தை பெரியாராலும், 'திராவிட நாட்டின் வானம்பாடி கவிஞர் முடியரசன் ஆவார். புரட்சிக் கவிஞர் அடிச்சுவட்டில் இன்று எத்தனையோ கவிஞர்கள் எழுச்சி முரசு கொட்டி வருகிறார்கள், இலட்சிய கீதம் இசைத்து வருகிறார்கள். அந்த வரிசையில் முதன்மை யானவர் முடியரசன்' என பேரறிஞர் அண்ணாவாலும் பாராட்டப்பெற்றவர் கவிஞர் முடியரசன் ஆவார்.

'யாருக்காகவும் எதற்காகவும் தன் கொள்கையையும் நிலையையும் மாற்றிக்கொள்ளாத பெருமிதத்துக்குரியவர். ஒரே கொள்கை; ஒரே இயக்கம் அவருக்கு. அவை தன்மானக் கொள்கை; தமிழியக்கம் ஆகும். நான் பாட்டெழுத அழைத்தேன்... தமிழை விற்க மாட்டேன் என்று கூறிய உண்மையான வணங்கா முடியரசர்' என்று கவிஞரைப் பற்றி எம்.ஜி.ஆர் குறிப்பிட்டுள்ளார்.

'யார் கவிஞன்?' எனும் தலைப்பிலான கவிஞர் முடியரச னின் கவிதையில் –

'காசுக்குப் பாடுபவன் கவிஞன் அல்லன்;
கைம்மாறு விளைந்துபுகழ் பெறுதல் வேண்டி
மாசற்ற கொள்கைக்கு மாறாய் நெஞ்சை
மறைத்துவிட்டுப் பாடுபவன் கவிஞன் அல்லன்'

– என்றெழுதினார்.

தான் எழுதிய கவிதை வரிகளுக்கேற்பவே வாழ்ந்த கவிஞர் முடியரசன், 3.12.1998-இல் மறைந்தார். அவரது நூற்றாண்டுத் தொடக்கத்தை முன்னிட்டு, 2019 அக்டோபர் 7 (திங்கள்) காரைக்குடியில் 'வீறுகவியரசர் முடியரசனார் அவைக்களம்' சார்பிலும், அக்டோபர் 13 அன்று 'பாரதிதாசன் அறக்கட்டளை' சார்பில் புதுச்சேரி யிலும் நடைபெற்ற விழாக்கள் வீறுகவியரசர் முடியரச னாரின் மொழிப்பற்றையும் புலமையையும் தமிழ்க்கூறும் நல்லுலகிற்கு உணர்த்தும் விழாக்களாக அமைந்தன என்பதில் ஐயமில்லை.

அழ.வள்ளியப்பா (1922-2022)
குழந்தை இலக்கிய முன்னோடி

அது காரைக்குடியின் திருவள்ளுவர் நகரிலுள்ள குடியிருப்புப் பகுதி. அங்கே தனது குழந்தையைக் காணவில்லையென்று தேடிக்கொண்டிருந்தார் ஒரு தாய்.

அங்கிருந்த ஒருவரிடம் விசாரிக்க, "பிள்ளையைக் காணோம்னு பதறாதே. பக்கத்துத் தெருவிலே போய் பாரு. 12-ஆம் நம்பர் வீட்டிலே உன் பிள்ளை இருக்கும்" என்றார்.

உடனே அந்தத் தாய் பக்கத்து தெருவிற்கு ஓடினார். 'வெங்கடேச நிலையம்' என்ற எழுதப்பட்டிருந்த அந்த வீட்டில் மற்ற குழந்தைகளுடன் அவரது குழந்தையும் விளையாடிக் கொண்டிருந்தது.

அந்த வீட்டில் கவிஞரொருவர் வசித்து வந்தார். அந்தக் கவிஞர் குழந்தைகள் மீது கொள்ளை அன்பு கொண்டவர். அவர் இருக்கும் இடத்தில் எப்போதும் குழந்தைகளும் இருப்பார்கள். ஆட்டமும் பாட்டும் விளையாட்டும் நிறைந்திருக்கும். விடுமுறை நாட்களில் வீடு முழுக்க குழந்தைகள் நிரம்பியிருக்க, அந்தக் குழந்தைகளோடு தானுமொரு

குழந்தையாகக் கலந்திருப்பார் நம் ‘குழந்தைக் கவிஞர்’ அழ.வள்ளியப்பா.

ஒரு நூற்றாண்டிற்கு முன்புவரை தமிழில் சிறுவர் இலக்கியமென்று தனியே எதுவும் இருந்ததில்லை. சங்க இலக்கியக் காலத்திலும் சிறுவர்களுக்கென்று எழுதப்பட்ட படைப்புகள் ஏதும் கிடைத்ததாகத் தெரியவில்லை. பெரியவர்களுக்காக எழுதப்பட்ட இலக்கியப் படைப்பு களைச் சற்றே சிறியதாகவும், எளிமையாகவும் எழுதினாலே அதனைச் சிறுவர்களும் படிப்பார்கள் என்ற எண்ணமே மேலோங்கியிருந்த காலமது. சிறுவர்களுக்கென்று தனியே இலக்கியப் படைப்புகள் படைக்க வேண்டுமென்கிற புரிதல் அப்போது கிடையாது என்பதே உண்மை.

ஔவையார் கி.பி.16–ஆம் நூற்றாண்டில் எழுதிய ஆத்திச்சூடி, கொன்றைவேந்தன், அதிவீரராம பாண்டியர் எழுதிய வெற்றிவேற்கை (நறுந்தொகை), உலகநாதர் எழுதிய உலக நீதி போன்ற நூல்களைத் தமிழின் தொடக்கக்கால சிறுவர் இலக்கிய நூல்களெனச் சொல்லப்பட்டாலும், உள்ளடக்கத்தினால் பெரியவர்களுக்காக எழுதப்பட்ட நூல் களாகவே அவை இருந்தன. குழந்தைக்காகத் தாய் பாடிய தாலாட்டுப் பாடல்களும், குழந்தைகளிடம் வீட்டிலுள்ள பெரியவர்கள் சொன்ன செவி வழி கதைகளுமே சிறுவர் இலக்கியத்தின் தொடக்கமெனக் கொள்ளலாம்.

கவிமணி தேசிக விநாயகம் பிள்ளை, மகாகவி பாரதியார், புரட்சிக்கவி பாரதிதாசன், மயிலை சிவமுத்து, அ.கி.பரந்தாம னார் ஆகியோர் தொடக்கக்காலத்தில் சிறுவர் பாடல்களை எழுதிய முன்னோடிகளாவர். எளிய சந்தத்துடன் எழுதப் பட்ட பாடல்களைக் குழந்தைகள் பாடினர் என்றாலும், அவை குழந்தைகளுக்கான மொழியில் எழுதப்படவில்லை என்பதும் கவனங்கொள்ளத்தக்கது.

இருபதாம் நூற்றாண்டின் தொடக்கத்தில் சிறுவர் இலக்கியப் படைப்புகள் அங்கொன்றும் இங்கொன்றுமாக வெளிவரத் தொடங்கின. அச்சூழலில் 1922–ஆம்

ஆண்டு நவம்பர் 7 அன்று புதுக்கோட்டையில் உள்ள இராயவரத்தில் அழகப்பர் உமையாள் தம்பதியினரின் மூன்றாவது மகனாகப் பிறந்தவர் வள்ளியப்பன்.

சிறுவயதிலேயே நல்ல சுறுசுறுப்போடு விளங்கிய வள்ளியப்பனை, அதே ஊரில் வாழ்ந்து வந்த அழகப்பர் – அலர்மேலு தம்பதியினர் சுவீகரப்புத்திரனாக்கிக் கொண்டனர். இராயவரத்தில் இருந்த எஸ்.கே.டி. காந்தி துவக்கப் பள்ளியில் ஆரம்பக்கல்வியைக் கற்றார் வள்ளியப்பன்.

பள்ளியில் படிக்கும் காலத்திலேயே வள்ளியப்பனுக்கு கவிமணி தேசிக விநாயகம் பிள்ளை, பாரதியாரின் பாடல்கள் மீது மிகுந்த ஈர்ப்பு உண்டானது. காரைக்குடியிலிருந்து வெளிவந்த 'குமரன்' வார இதழில் கவிமணியின் பாடல்கள் தொடர்ந்து பிரசுரமாகின. அவற்றை ஆர்வத்துடன் படித்தார். இனிய சந்தத்துடன் பாடல்கள் எழுத வேண்டுமென்கிற ஆசையும் கூடவே எழுந்தது. உயர்நிலைப் பள்ளியில் படிக்கும்போது காந்தியக் கொள்கைகளால் ஈர்க்கப்பட்டார். நூல் நூற்பதோடு, கதர் ஆடைகளை விரும்பி அணிந்துகொண்டார்.

இராமச்சந்திரபுரத்திலுள்ள ஸ்ரீபூமீஸ்வரசுவாமி உயர்நிலைப் பள்ளியில் படித்துக்கொண்டிருந்த வள்ளியப்பன், ஒருநாள் பள்ளி முடிந்து வீடு திரும்பிக் கொண்டிருந்தார். அப்போது 'லாஸ்ட் ஜங்கிள்' என்ற ஆங்கிலப் படத்தின் சுவரொட்டியை, 'காணாத காடு' என்று தமிழில் மொழி பெயர்த்து ஒட்டியிருந்தார்கள். அதைப் பார்த்த வள்ளியப்பன், "காணாத காடு, கண்டுவிட்டால் ஓடு" என்று சொல்லிக்கொண்டே நடக்க, உடன் வந்த நண்பர்களும் அதைத் திருப்பிச் சொன்னார்கள். "காணாத காடு, கண்டுவிட்டால் ஓடு. ஒளிய இடம் தேடு" என்று வள்ளியப்பன் சொல்ல, நண்பர்கள் கூட்டமும் அதை உற்சாகத்தோடு திருப்பிச் சொன்னது. உடனே வள்ளியப்பன்,

> "காணாத காடு,
> கண்டுவிட்டால் ஓடு;
> ஒளிய இடம் தேடு;
> ஏழைகள் படுவதோ அரும்பாடு;
> டிக்கெட் விலையோ பெரும்பேடு"

– என்று சந்தத்தோடு சொல்ல, நண்பர்களும் நடக்கும் களைப்பு தெரியாவண்ணம் அதைத் திருப்பிச் சொல்லிக் கொண்டே வந்தனர். ஒரு சிறிய பாடல் கேட்பவர் மனதில் எவ்வளவு உற்சாகத்தை உண்டாக்குகிறது என்பதை மாணவப் பருவத்திலேயே கண்டுணர்ந்து கொண்டார் வள்ளியப்பன்.

வீட்டில் தின்பண்டங்கள் வாங்குவதற்கு கொடுத்த காசைச் சேர்த்து வைத்து, புத்தகங்களை வாங்கிப் படித்தார் வள்ளியப்பன். 1937-இல் இராயவரத்தில் இளைஞர்கள் உருவாக்கிய 'விவேகானந்தர் வாசக சாலை'யில் உறுப்பினராகச் சேர்ந்தார். இது வள்ளியப்பனின் புத்தக வாசிப்புக்குப் பேருதவி புரிந்தது. பின்னர் நண்பர்களோடு சேர்ந்து 'பாரதி வாலிபர் சங்கம்' என்றொரு சங்கத்தையும் உருவாக்கினார்.

குடும்பச் சூழல் காரணமாக கல்லூரிக்குச் சென்று படிக்க முடியாத சூழலில், சென்னைக்கு வந்து சக்தி வை.கோவிந்தனின் 'சக்தி' பத்திரிகையில் காசாளராகப் பணியில் சேர்ந்தார். 'சக்தி' இதழின் ஆசிரியராக இருந்த எழுத்தாளர் தி.ஜ.ர., வள்ளியப்பன் எழுதுவதற்குப் பெரும் தூண்டுகோலாக இருந்தார். முழு நேர எழுத்தாளராக வேண்டும் என்று எண்ணியிருந்த வள்ளியப்பன், தி.ஜ.ர எழுத்தாளராக இருந்து அனுபவிக்கும் பொருளாதார நெருக்கடியைக் கண்டு, தன் முடிவை மாற்றிக்கொண்டார்.

1941-இல் சென்னையிலுள்ள இந்தியன் வங்கியில் பணியில் சேர்ந்தார். தொடர்ந்து 37 ஆண்டுகள் சென்னையிலேயே பல்வேறு பொறுப்புகளில் பணி யாற்றினார்.

1944–இல் வள்ளியப்பன் எழுதிய 23 சிறுவர் பாடல்கள், 25 ஓவியங்களுடன் 56 பக்கங்களுடன் 'மலரும் உள்ளம்' எனும் நூலாக வெளிவந்தது. இந்நூலில் மேலும் சில பாடல்கள் சேர்க்கப்பட்டு, 1954–இல் மீண்டும் வெளியாகி, மத்திய அரசு மற்றும் தமிழக அரசின் சிறந்த சிறுவர் நூலுக்கான பரிசினைப் பெற்றது.

> 'வட்டமான தட்டு
> தட்டு நிறைய லட்டு
> லட்டு மொத்தம் எட்டு
> எட்டில் பாதி விட்டு
> எடுத்தான் மீதி கிட்டு.
> மீதம் உள்ள லட்டு
> முழுதும் தங்கை பட்டு
> போட்டாள் வாயில் பிட்டு.
> கிட்டு நான்கு லட்டு
> பட்டு நான்கு லட்டு
> மொத்தம் தீர்ந்த தெட்டு
> மீதம் காலித் தட்டு'

– எளிய சொற்களுடன், இனிய சந்தமும் அமைந்த வள்ளியப்பனின் பாடல்கள், குழந்தைகளின் மனங்களைக் கொள்ளை கொண்டன. தொடர்ந்து குழந்தைகளுக்காக எழுத வேண்டுமென்கிற உத்வேகம் உண்டானது.

வங்கிப் பணியினூடாக, குழந்தைப் பதிப்பகத்தின் பதிப்பாசிரியராகவும், டமாரம், சங்கு, பூஞ்சோலை ஆகிய சிறுவர் இதழ்களின் கௌரவ ஆசிரியராகவும் பொறுப் பேற்று, தொடர்ந்து சிறுவர் படைப்புகளை எழுதிக் கொண்டே இருந்தார். சிறுவர் படைப்புகள் ஏராளமாக வெளிவரவும் துணை நின்றார்.

1949–இல் வள்ளியப்பனின் சிறுவர் படைப்புகளைப் பாராட்டி, எழுத்தாளர் தமிழ்வாணன் 'கல்கண்டு' இதழில் எழுதினார். அதில், வள்ளியப்பனை 'குழந்தைக் கவிஞர்' என்றுபுகழ்ந்தார். அதுவேகாலப்போக்கில்வள்ளியப்பனின்

பெயராகிப் போனது. என்றைக்குமே 'குழந்தைக் கவிஞர்' என்றாலே அது அழ.வள்ளியப்பாவைத்தான் குறிக்கும் என்பது தமிழுலகம் அறிந்ததே.

தமிழகம் முழுவதுமிருந்த சிறுவர் படைப்பாளர்களை ஒருங்கிணைக்கும் முயற்சியாக 1950–இல் ஏப்ரல் 15 அன்று 'குழந்தை எழுத்தாளர் சங்கத்தை' உருவாக்கினார் அழ.வள்ளியப்பா. சங்கத்தின் தலைவராக சக்தி வை.கோவிந்தனும், இரண்டு செயலாளர்களில் ஒருவராக அழ.வள்ளியப்பாவும் பொறுப்பேற்றனர்.

'அணிலே அணிலே ஓடி வா
அழகு அணிலே ஓடி வா
கொய்யா மரம் ஏறி வா
குண்டுப் பழம் கொண்டு வா
பாதிப் பழம் உன்னிடம்
பாதிப் பழம் என்னிடம்
கூடிக்கூடி இருவரும்
கொறித்துக் கொறித்துத் தின்னலாம்'

– என்றெழுதிய அழ.வள்ளியப்பா, குழந்தைகளுக்கான படைப்புகள் அவர்களுக்குப் பிடித்தமான எளிய மொழியில் இருக்க வேண்டும், அழகிய வண்ணப்படங்களுடன் இருக்க வேண்டும், சிறுவர் மனதில் தவறான எண்ணங்களை விதைப்பதாக ஒருபோதும் இருக்கக்கூடாது என்பதில் உறுதியுடன் இருந்தார். தான் பொறுப்பேற்ற சிறுவர் இதழ்களின் வழியாக என்ணற்ற சிறுவர் எழுத்தாளர்களை உருவாக்கினார். பாடல்கள், கதைகள், அறிவியல் புதிர்கள், விடுகதைகள் என சிறுவர்களுக்கான படைப்புகள் பல்கிப் பெருகின.

'குழந்தை இலக்கியம் படைத்திட குழந்தை மனம் வேண்டும்' என்பதை அடிக்கடி வலியுறுத்திய அழ.வள்ளியப்பா, எப்போதும் குழந்தைகள் மேல் அளவற்ற பாசம் கொண்டவராக இருந்தார். குழந்தைகளை எங்கு பார்த்தாலும் அவர்களோடு அமர்ந்து உரையாடுவதும்

அவர்களைப் பாடச்சொல்லிக் கேட்பதும் அவருக்கு மிகவும் பிடித்த செயலாகும். "குழந்தைகளின் இன்பமே எனது இன்பம்; அவர்களுக்குத் தொண்டு செய்வதே என் முக்கிய குறிக்கோள்" என்று சொன்னவர், தன் வாழ் நாள் முழுவதையும் குழந்தை இலக்கியச் செயல்பாடு களுக்காகவே செலவிட்டார்.

குழந்தை எழுத்தாளர் சங்கத்தின் மூலமாக, குழந்தை களை நோக்கிப் புத்தகங்களைக் கொண்டுசெல்ல வேண்டு மென்று முடிவடுத்த அழ.வள்ளியப்பா, 1951–இல் சென்னை முத்தியாலுபேட்டையிலுள்ள ஒரு பள்ளியில் முதன் முதலாகச் சிறுவர் புத்தகக் கண்காட்சியை நடத்தினார். அதைத் தொடர்ந்து பல பள்ளிகளிலும் புத்தகக் கண் காட்சிகள் நடைபெற்றன. 1956–ஆம் ஆண்டில் புதுடில்லி யில் சாகித்திய அகாதெமி சார்பில் நடைபெற்ற அனைத் திந்திய புத்தகக் கண்காட்சியிலும், 1959–இல் இலங்கை யில் நடைபெற்ற அனைத்துலக குழந்தைப் புத்தகக் கண்காட்சியிலும் குழந்தை எழுத்தாளர் சங்கம் பங்கேற்றது.

குழந்தை எழுத்தாளர் சங்கத்தின் மூலமாக ஆண்டு தோறும் சிறுவர் இலக்கியப் படைப்புகளுக்கான போட்டி களை நடத்தி, தங்கம், வெள்ளி, வெண்கலப் பதக்கங்களை வழங்கினார். கையெழுத்துப் பிரதிகளாக இருந்த பல படைப்புகள் நூல் வடிவம் பெற வழிகாட்டினார். 1955–இல் குழந்தைகள் நாடக விழாவினையும் நடத்தினார்.

201 குழந்தை எழுத்தாளர்களைப் பற்றி ரத்னம் தொகுத்த 'குழந்தை எழுத்தாளர் யார்? எவர்?' (1961) எனும் நூலையும், 1972–இல் 370 குழந்தை எழுத்தாளர்கள் பற்றி ரேவதி, ப.நா.பாலசுப்பிரமணியம் இணைந்து தொகுத்த 'குழந்தை எழுத்தாளர் யார்? எவர்?' நூலையும் குழந்தை எழுத்தாளர் சங்கம் வெளியிட்டது.

1957–இல் ஃபோர்டு அறக்கட்டளையின் திட்ட அலுவலராக இருந்து, தென்னிந்திய மொழிகளில் புத்தகங்கள் வெளிவர உதவினார் அழ.வள்ளியப்பா.

தென்னாட்டு நதிகளான காவிரி, கோதாவரி, கிருஷ்ணா, துங்கபத்ரா, நர்மதா, பாலாறு ஆகியவற்றை பற்றி 'நம் நதிகள்' எனும் நூலாக எழுதினார். இதனை தேசிய புத்தக டிரஸ்ட் (என்.பி.டி) 14 இந்திய மொழிகளிலும் வெளியிட்டது.

சிறுவர் இலக்கியத்தில் புதுத்தடம் பதித்த அழ.வள்ளி யப்பா, திரைப்படப் பாடல் எழுதுவதிலும் தனக்கென தனிமுத்திரைப் பதித்தவர் என்பது பலரும் அறிந்திராத ஒரு செய்தி. 1969-இல் ஏ.பி.நாகராஜன் இயக்கத்தில் உருவான 'வா ராஜா வா' எனும் திரைப்படத்தில் இடம் பெற்ற –

'கல்லெல்லாம் சிலை செஞ்சான் பல்லவ ராஜா
– அந்தக்
கதை சொல்ல வந்தேனே சின்ன ராஜா வா ராஜா
வா...'

– என்ற புகழ்பெற்ற பாடலை எழுதியவர் நம் குழந்தைக் கவிஞரே.

1976-இல் 'கோகுலம்' இதழில் 'நீலா மாலா' எனும் சிறுவர் நாவலை எழுதினார். இந்த நாவல் பின்னர் தொலைக்காட்சித் தொடராகவும் வெளிவந்து, பாராட்டுப் பெற்றது.

ஒருமுறை குழந்தைக் கவிஞரிடம், "நீங்கள் ஏன் பெரியவர்களுக்கு எழுதுவதில்லை?" என்று வாசகர் ஒருவர் கேட்க, "பெரியவர்களுக்கு எழுத என்னைக் காட்டிலும் அதிக திறமை வாய்ந்த பலர் இருக்கிறார்களே..!" என்று அடக்கத்துடன் பதிலளித்தார்.

அம்மாவும் அத்தையும், இனிக்கும் பாடல்கள், எங்கள் பாட்டி, கேள்வி நேரம், சிரிக்கும் பூக்கள், சின்னஞ்சிறு வயதில் உள்ளிட்ட

50-க்கும் மேற்பட்ட சிறுவர் நூல்களைப் படைத்த பெருமைக்குரிய அழ.வள்ளியப்பா, மதுரை காமராசர்

பல்கலைக்கழகத்தின் ஆட்சி அவைக்கூட்டத்தில் பங்கேற்றார். அப்போது அவர், "குழந்தை இலக்கியத்தைப் பல்கலைக்கழக அளவிலான பாடத்திட்டத்தில் இடம்பெற செய்ய வேண்டும்" என்று பேசிக் கொண்டிருக்கும்போதே மயங்கி விழுந்தார். மருத்துவமனையில் சேர்க்கப்பட்ட அவர், 1989-ஆம் ஆண்டு மார்ச் 16 அன்று சிறுவர் இலக்கியப் பணியிலிருந்து விடைபெற்று, இம்மண்ணுலக வாழ்வை முடித்துக்கொண்டார்.

> 'ஏடு தூக்கிப் பள்ளியில்
> இன்று பயிலும் சிறுவரே
> நாடு காக்கும் தலைவராய்
> நாளை விளங்கப் போகிறார்'

– என்று சிறுவர்கள் பாடல்களின் வழியே நாளைய தலைவர்களாம் இன்றைய குழந்தைகளை நம்பிக்கையோடு கொண்டாடிய 'குழந்தைக் கவிஞர்' அழ.வள்ளியப்பாவின் புகழ், இன்னும் பல நூற்றாண்டுகள் கடந்தும் நிலைத் திருக்கும்.

தொ.மு.சி.ரகுநாதன் - 100
எதார்த்தவாத படைப்பாளிகளின் முன்னோடி

தமிழில் இடதுசாரி இலக்கியம் குறித்து எழுதுகையில் மூன்று 'சி' எழுத்தாளர்களைத் தவிர்த்துவிட்டு எவராலும் எழுதவே முடியாது. தொ.மு.சிதம்பர ரகுநாதன், தி.க.சிவசங்கரன், கு.சின்னப்ப பாரதி ஆகிய மூவரும் இடதுசாரி இலக்கியப் படைப்புகளை மக்கள் மனதிற்கு நெருக்கமாகக் கொண்டு சேர்த்தவர்களில் குறிப்பிடத் தக்கவர்கள். அதிலும் தொ.மு.சி., பண்டைய இலக்கியம், நவீன இலக்கியம் ஆகிய இரு தளங்களிலும் மிகுந்த அக்கறையுடனும் ஆற்றலுடனும் விளங்கிய சிறப்புக் குரியவர்.

திருநெல்வேலியில் 1923-ஆம் ஆண்டு அக்டோபர் 20 அன்று, தொண்டைமான் முத்தையா – முத்தம்மாள் தம்பதியினருக்கு இரண்டாவது மகனாகப் பிறந்தவர் தொ.மு.சி. 'ஸ்ரீரெங்கநாதர் அம்மானை', 'நெல்லைப்பள்ளு' ஆகிய நூல்களை எழுதிய தமிழறிஞர் சிதம்பர தொண்டைமான் தொ.மு.சி.யின் தாத்தா. தந்தையார் ஓவியர், புகைப்படக் கலைஞர் மற்றும் ஆங்கிலத்தில் கவிதைகள் எழுதியவர். தொ.மு.சி.யின் மூத்த சகோதரர்

தொ.மு.பாஸ்கர தொண்டைமான் இந்திய ஆட்சிப்பணி அதிகாரியாக மட்டுமின்றி, மரபிலக்கிய ஆய்வாளராகவும், பயண இலக்கிய எழுத்தாளராகவும் விளங்கியவர். இப்படியான சூழலில் வாழ்ந்த தொ.மு.சி.வுக்குள் இளைய வயதிலேயே புத்தக வாசிப்பும், எழுத வேண்டுமென்கிற ஆர்வமும் துளிர்த்ததில் வியப்பொன்றுமில்லை.

பள்ளிப் பருவத்திலேயே 'ஜவகர் வாலிபர் சங்கத்தில்' இணைந்த தொ.மு.சி, தனது நண்பருடன் இணைந்து 'மார்க்சிஸ்ட் மாணவர் இயக்கம்' என்ற பெயரில் மார்க்சியக் கருத்துகளைப் பரப்பும் பணியில் தன்னை இணைத்துக்கொண்டார். 1942-இல் நாடு முழுவதும் நடைபெற்ற 'வெள்ளையனே வெளியேறு' இயக்கத்தின் சார்பில் நெல்லையில் நடைபெற்ற ஊர்வலத்தில் பங்கேற்று தடியடிப்பட்டார். பிறகு பொதுக்கூட்டத்தில் பேசியதற்காகக் கைது செய்யப்பட்டு, இரு மாதங்கள் சிறையில் அடைக்கப்பட்டார். படிப்பு தடைபடவே, சில மாதங்கள் தலைமறைவு வாழ்க்கை வாழும் சூழல் ஏற்பட்டது.

கல்லூரி ஆசிரியரான அ.சீனிவாசராகவன் மூலமாக நவீன இலக்கியத்தையும் பழந்தமிழ் இலக்கியத்தையும் கற்பதில் தொ.மு.சி.க்கு ஆர்வமுண்டானது. சிறு வயதிலேயே கதைகளை எழுதத் தொடங்கியவரின் முதல் சிறுகதை, 1941-இல் 'பிரசண்ட விகடன்' இதழில் வெளியானது. 1945-இல் 'புயல்' எனும் தனது முதல் நாவலை வெளியிட்டார். இதழியல் பணியில் ஈடுபடும் ஆவலில் 'தினமணி'யில் (1944) உதவி ஆசிரியராகவும், பின்னர் 'முல்லை' (1946) இலக்கியப் பத்திரிகையிலும் பணியாற்றினார். 1948-இல் 'சக்தி' இதழில் சேர்ந்தார். எழுத்தாளர் கு.அழகிரிசாமியுடன் இணைந்து பணியாற்றிய காலங்களில், இருவருக்குமிடையே இருந்த நட்பையும், இருவரது படைப்பின் சிறப்பையும் கண்டவர்கள் 'இரட்டையர்கள்' என்று அழைத்தனர்.

கைத்தறி நெசவாளர்களின் துயரமிக்க வாழ்க்கைப்பாடு களைப் பதிவுசெய்யும் வகையில் 'பஞ்சும் பசியும்' எனும் நாவலை 1951-இல் எழுதியதோடு, அந்த நாவல் மூலமாக தமிழில் சோசலிச எதார்த்தவாத நாவல் எனும் புதிய இலக்கியப் போக்கினையும் தொடங்கி வைத்தார். அந்த நாவல் 'செக்' மொழியில் மொழியாக்கம் செய்யப்பட்டு, ஐரோப்பிய மொழியொன்றில் மொழியாக்கம் செய்யப் பட்ட தமிழின் முதல் நாவல் எனும் பெருமையைப் பெற்றதோடு, அப்போதே 50 ஆயிரம் பிரதிகள் விற்று, சாதனையும் படைத்தது.

பல்வேறு இதழ்களில் பணியாற்றிய தொ.மு.சி, தணியாத ஆர்வத்தோடு 'சாந்தி' எனும் முற்போக்கு இலக்கிய இதழினை 1954-இல் தொடங்கினார். தமிழின் சிறப்புமிக்க எழுத்தாளர்களாக பின்னாளில் மிளிர்ந்த டேனியல் செல்வராஜ், ஜெயகாந்தன், கி.ராஜநாராயணன், சுந்தர ராமசாமி ஆகியோரின் தொடக்கக்கால படைப்புகளை 'சாந்தி' இதழில் வெளியிட்டு, அவர்களுக்கான சிறப்பான அறிமுகத்தை வழங்கினார் தொ.மு.சி.

1960-ஆம் ஆண்டில் சோவியத் நாடு பதிப்பகத்தில் சேர்ந்து, ஏராளமான ரஷ்ய மொழியிலான படைப்பு களைத் தமிழில் தொகுத்து வெளியிடும் பெரும் பணியைத் திறம்படச் செய்தார். மாக்சிம் கார்க்கியின் 'தாய்' நாவல், 'சந்திப்பு' சிறுகதைகள், மயாகோவ்ஸ்கியின் 'லெனின் கவிதாஞ்சலி' ஆகிய நூல்கள் சிறப்பான தமிழ் மொழிபெயர்ப்பினால் கவனம் பெற்றன.

எழுத்தாளர் புதுமைப்பித்தனின் நண்பராகவும் இருந்த தொ.மு.சி., புதுமைப்பித்தனின் மறைவுக்குப் பிறகு, அவரது படைப்புகளைச் சேகரித்து வெளியிட்டார். 1951- இல் புதுமைப்பித்தன் வாழ்க்கை வரலாற்றை எழுதினார். 1999-இல் 'புதுமைப்பித்தன் கதைகள் விமரிசனங்களும் விஷமங்களும்' எனும் நூலை எழுதி, அதுநாள் வரை புதுமைப்பித்தனின் படைப்புகள் பற்றி சொல்லப்பட்டுவந்த தவறான கருத்துகளுக்கு முற்றுப்புள்ளியும் வைத்தார்.

திருச்சிற்றம்பலக் கவிராயர் எனும் புனைபெயரில் கவிதை களை எழுதினார். ரகுநாதன் கவிதைகள், கவியரங்க கவிதைகள், காவியப் பரிசு, தமிழா எப்படி? ஆகிய நான்கு கவிதை நூல்களையும் எழுதியுள்ளார்.

எழுத்தையே தன் வாழ்வாக வரித்துக்கொண்ட தொ.மு.சி., 1942 முதல் 1962 வரை 20 ஆண்டுக்காலம் எழுத்துத்துறையில் முழு வீச்சோடு இயங்கினார். சோஷியலிச எதார்த்தவாத எழுத்தாளர் என்று பாராட்டப் பெற்ற தொ.மு.சி., சிறுகதை, நாவல், நாடகம் உள்ளிட்ட நூல்களோடு இலக்கிய விமர்சனம் மற்றும் இலக்கிய ஆய்வு நூல்களையும் எழுதியுள்ளார். 'பாரதி காலமும் கருத்தும்' எனும் இலக்கிய நூலுக்காக 1983-இல் சாகித்திய அகாதெமி விருதினைப் பெற்றார். தனது மொழி பெயர்ப்புகளுக்காக 'சோவியத் லேண்ட் நேரு விருது', தஞ்சாவூர் தமிழ்ப்பல்கலைக்கழகத்தின் 'தமிழ் அன்னை பரிசு' ஆகியவற்றையும் பெற்றார்.

ஒப்பிலக்கியத் துறையில் இன்றளவும் பேசப்படும் நூல்களாக விளங்கும் தாகூரோடு பாரதியை ஒப்பிடும் ஆய்வு நூலான 'கங்கையும் காவிரியும்', 'பாரதியும் ஷெல்லி யும்' ஆகிய நூல்களைப் படைத்தளித்தார் தொ.மு.சி.

பொதுவுடைமை இயக்கத் தலைவரான ஜீவா, இலக்கிய விமர்சகர்களான க.சிவத்தம்பி, க.கைலாசபதி, தவத்திரு குன்றக்குடி அடிகளார், எழுத்தாளர்கள் வல்லிக்கண்ணன், கிருஷ்ணன் நம்பி போன்ற பல அரசியல் இலக்கிய ஆளுமைகளுடன் நட்புடன் பழகியவர் தொ.மு.சி. எழுத்தாளர் பொன்னீலனுடன் இணைந்து 'முற்போக்கு இலக்கிய இயக்கங்கள்' (1994) என்ற புத்தகத்தையும் எழுதினார். 'தாமரை' இதழிலும் அவ்வப்போது எழுதி வந்தார். தனது சேமிப்பில் இருந்த ஆயிரக்கணக்கான அரிய தமிழ் நூல்களை எட்டையபுரத்திலுள்ள பாரதி நினைவகத்துக்கு நன்கொடையாக வழங்கினார்.

கம்யூனிஸ கருத்துக்களை உறுதியாகப் பற்றியிருந்த தொ.மு.சி., 1991-இல் சோவியத் யூனியன் கலைக்கப்பட்ட பிறகு, சோஷலிச எதார்த்தவாதம், தொழிலாளி வர்க்க சர்வாதிகாரம் பற்றிய தனது பார்வையை மாற்றிக் கொண்டார். 'சோஷலிச எதார்த்தவாதம் பேசியிருக்கக் கூடாது, விமர்சன எதார்த்தவாதம் பேசியிருக்க வேண்டும்' என்றெழுதினார்.

தன் வாழ்வின் இறுதிமூச்சு வரை இந்திய கம்யூனிஸ்ட் கட்சியின் ஆதரவாளராகவே வாழ்ந்த தொ.மு.சி., தமிழின் எதார்த்தவாத படைப்பாளிகளின் முன்னோடியாகவே என்றென்றும் நினைவுகூரப்படுவார்.

நினைவஞ்சலிகள்

எழுத்தாளுமையின் கம்பீர முகம் ஜேகே

பள்ளியில் படிக்கிற காலத்திலேயே பாரதியின் கவிதைகளைப் படிக்கத் தொடங்கியிருந்தேன். கவிதையின் மீதான முதல் தூண்டுதலைப் பாரதியின் கவிதைகளே எனக்குத் தந்தன. பக்கத்து வீட்டிலிருந்த சித்தப்பா வீட்டிலும், பாரிஜாதம் அக்கா வீட்டிலும் குமுதம், ஆனந்த விகடன், ராணி வார இதழ்களை வாங்குவார்கள். அவர்கள் படித்து முடிக்கும்வரை காத்திருந்து, வாங்கி வந்து படிப்பேன்.

சிறுகதை, நாவலென க்ரைம், த்ரில்லர் கதைகள்தான் என்னை ஆரம்ப காலத்தில் ஈர்த்தன. ராஜேஷ்குமார், ராஜேந்திரகுமார், புஷ்பா தங்கதுரை, பி.டி.சாமி, பட்டுக் கோட்டை பிரபாகர், சுபா என தேடித்தேடிப் படிக்கத் தொடங்கினேன். நானும் அவ்வப்போது சில க்ரைம் கதைகளை 'முகேஷ்குமார்' எனும் பெயரில் எழுதினேன்.

சில பத்திரிகைகளுக்கு அந்தக் கதைகளை அனுப்பி, 'பிரசுரிக்க இயலாமைக்கு வருந்துகிறோம்' என்று வந்த அஞ்சலட்டைகளைச் சேர்க்கத் தொடங்கினேன்.

ராஜேஷ்குமாரின் படைப்புகள் 1986 மார்ச்சிலிருந்து க்ரைம் நாவலாக மாதந்தோறும் வரத் தொடங்கின. அதன் தீவிர வாசகனானேன். முதல் நாவலான 'நந்தினி 440 வோல்ட்' தொடங்கி, 100 நாவல்கள் வரை தொடர்ந்து படித்திருக்கிறேன்.

நான் படித்துக்கொண்டிருந்த திருக்கோகர்ணம் அரசு உயர்நிலைப்பள்ளியின் பின்புறத்தில் அரசுக் கிளை நூலக மொன்று இருந்தது. அதில் நானும் உறுப்பினரானேன். தினந்தினம் நூல்களை எடுத்துவந்து படிப்பேன். 1958-இல் வெளியான ஜெயகாந்தன் எழுதிய 'ஒரு பிடி சோறு' எனும் சிறுகதைத் தொகுப்பினை 1980களில் படித்தேன். என் வாசிப்பை அப்படியே புரட்டிப்போட்ட எழுத்தாக அது இருந்தது. அதுவரை வெகுசன இதழ்களில் நான் வாசித்திருந்த கதைகளெல்லாம் படிக்கும்போது மிகுந்த சுவாரசியத்தோடு இருக்கும். ஆனால், சில நிமிடங்களில் அது மனதைவிட்டு மறைந்துபோய் விடும். ஆனால், ஜெயகாந்தனின் சிறுகதைகள் எனக்குள் அப்படியே சம்மணமிட்டு உட்கார்ந்துகொண்டன.

சக மனிதர்கள் மீதான நேசத்தையும், வறுமையில் சிக்கிய மனிதர்கள் எப்படியெல்லாம் அல்லல்படுகிறார்கள் என்பதையும் என் மனசுக்கு மிக நெருக்கமாகக் கொண்டுவந்து சேர்த்தவை ஜெயகாந்தனின் சிறுகதைகளே. அந்த 'ஒரு பிடி சோறு' எனக்குள் இன்னும் வாசிப்பு பசியை அதிகமாகவே தூண்டிவிட்டது. நூலகத்திலிருந்த எல்லா அடுக்குகளிலும் ஜெயகாந்தன் கதைகளைத் தேடத் தொடங்கினேன். நாவல், குறுநாவல், கட்டுரை, தன்வரலாற்று நூல்கள் என எண்ணற்ற நூல்களைக் கண்டு, மெல்ல அதிர்ந்துபோனேன். தமிழில் இப்படியானதொரு எழுத்தாளுமை இருப்பதைத் தெரியாமலா இத்தனை நாளாக இலக்கியம் என்ற பெயரில் வெறும் க்ரைம்

கதைகளைப் படித்துக்கொண்டிருந்தோம் என்று வெட்கப் பட்டேன்.

ஜெயகாந்தனின் காத்திரமான மொழிநடை எனக்கு ரொம்பவும் பிடித்திருந்தது. கண்முன் காண்பதை அப்படியே எழுத்தில் வடிக்கும் நுட்பத்தை மிக நேர்த்தியாகச் செய்திருந்தார் ஜெயகாந்தன். அவரது கதைகளில் வரும் மாந்தர்கள் வேறு யாரோவாக இல்லாமல், நம்மைச் சுற்றி வாழும் சக மனிதர்களாக இருந்தார்கள். கதாமாந்தர்கள் படும் துயரங்களையெல்லாம் வாசிக்கிற வாசகன் மனதில் பாறாங்கல்லாய் ஏற்றும் வல்லமை பொருந்தியதாக ஜெயகாந்தனின் எழுத்துகள் அமைந்திருந்தன. ஒரு கதையைப் படித்துவிட்டு, அது குறித்தே பல நாள்கள் யோசித்துக் கொண்டிருக்கும்படி ஆனது. என்னை மொத்தமாகக் கட்டிப்போட்ட மாய எழுத்தாளனாக ஜெயகாந்தன் என் பார்வையில் விஸ்வரூபம் எடுத்து நின்றார்.

சுமைதாங்கி, யுகசந்தி, இனிப்பும் கரிப்பும், உண்மை சுடும், புதிய வார்ப்புகள் உள்ளிட்ட சிறுகதைத் தொகுப்பு களையும், உன்னைப் போல் ஒருவன், சில நேரங்களில் சில மனிதர்கள், ஒரு மனிதன் ஒரு வீடு ஒரு உலகம் ஆகிய நாவல்களையும், ஓர் இலக்கியவாதியின் கலையுலக அனுபவங்கள், ஓர் இலக்கியவாதியின் பத்திரிகை அனுபவங்கள் உள்ளிட்ட கட்டுரை நூல்களையும் தொடர்ந்து வாசிக்கத் தொடங்கினேன். ஜெயகாந்தனின் எழுத்துகள் வெறும் வாசிப்பு சுவாரசியத்திற்காக எழுதப் படுவதில்லை என்கிற என் புரிதல் மேலும் வலுப்பட்டது.

அடித்தட்டு மக்களை அழுக்கு மனிதர்கள் என்கிற மேம்போக்கான பார்வையில் கடந்துசென்ற என் கன்னத் தில் அறைந்து, இந்தப் பூமி சுத்தமாகவும், சுகாதாரமாகவும் இருக்க தங்களை அர்ப்பணித்திருக்கும் ஜீவன்களே இந்த அடித்தட்டு மக்கள் என்கிற உண்மையை உரத்துச் சொன்னவர் ஜெயகாந்தனே. கற்பனையை விட எதார்த்தமே சக்தி வாய்ந்தது என்பதை ஜெயகாந்தனின் ஒவ்வொரு

எழுத்தும் எனக்கு உணர்த்திக் கொண்டேயிருந்தது. கலை இலக்கியங்கள் யாவும் உழைக்கும் மக்களின் எதார்த்த வாழ்விலிருந்தே உயிர்ப்பிக்கும் என்பதை ஜெயகாந்தனின் எழுத்துகளின் வழியே உணர்ந்துகொண்டேன்.

க்ரைம் கதையுலகிற்குள் மூழ்கிக்கிடந்த என் கதை வாசிப்பை, புதுமைப்பித்தன், கு.அழகிரிசாமி, கந்தர்வன், மேலாண்மை பொன்னுச்சாமி, பிரபஞ்சன், தனுஷ்கோடி ராமசாமி, பா.செயப்பிரகாசம்... என மடைமாற்றிய மகத்தான எழுத்தாளுமையாக ஜெயகாந்தன் என் மனதில் கம்பீரமாகச் சிம்மாசனமிட்டு அமர்ந்துகொண்டார்.

வாசிப்பின் மூலம் கிடைத்த தூண்டுதலால் கவிதை, கதை, கட்டுரை, நகைச்சுவை என பல்வேறு சிற்றிதழ்களில் நானும் எழுதத் தொடங்கினேன். முருகுபாரதி, சின்ன முருகு, மு.மு.கேசவ், மாரிக்கண்ணன், முத்துமாரி மகன், நிலாப்ரியன், ஹைக்கூப்பிரியன் என பல பெயர்களில் எழுதி வந்தேன்.

ஒருமுறை ஜெயகாந்தன் பற்றிய ஒரு அறிமுகக் குறிப்பில், அவரது இயற்பெயர் முருகேசன் என்பதை அறிந்தேன். தமிழின் ஆதர்சமான எழுத்தாளரான ஜெயகாந்தனின் இயற்பெயரே எனது பெயராகவும் இருப்பதில் உள்ளுக்குள் மகிழ்ந்தேன். அப்போது மேலாண்மை பொன்னுச் சாமியும் தனது இயற்பெயரில் எழுதி வந்தார். இனி, இயற்பெயரிலேயே படைப்புகளை எழுத வேண்டும் என்று உறுதிகொண்டேன்.

நம்மை ஆகர்ஷித்த எழுத்தாளரைப் பார்க்கும் ஆசை யாருக்குத்தான் வராது. எனக்கும் வந்தது. ஆனாலும், அதற்கான காலம் கைகூடவில்லை. தொண்ணூறுகளின் தொடக்கத்தில் புதுக்கோட்டை நகர்மன்றத்தில் நடை பெறும் விழா ஒன்றிற்கு ஜெயகாந்தனை அழைத்திருந்தோம். அவரிடம் என்ன பேசுவது, எந்தக் கதையைப் பற்றி முதலில் பேசுவது என்று ஒரு வாரமாகவே எனக்குள் சின்ன ஒத்திகை நடத்தினேன்.

ஏனெனில், ஜெயகாந்தன் பற்றியும், அவரது சபை பற்றியும் சில நண்பர்கள் சொல்லுவதை அவ்வப்போது கேட்டிருக்கிறேன். எதையும் நறுக்குத் தெறித்தார்ப்போல் பேசும் குணம் ஜெயகாந்தனுடையது. கேட்பவர் மனம் புண்படுமே என்றெல்லாம் யோசிக்க மாட்டார். தனக்கு சரியெனப்படுவதை துணிச்சலாகச் சொல்லுபவர் என அவரைப் பற்றி கேட்டிருந்ததால், அவருடன் என்ன பேசுவது என்பதில் சற்று தயக்கமும் இருந்தது.

நிகழ்ச்சி நடைபெறும் நாளின் காலையில் என் வீட்டின் முன்னே தோழர் கந்தர்வன் வந்து நின்றார். என்னை, 'உடனே வா' என்றார். நானும் அவரோடு இருசக்கர வாகனத்தில் கிளம்பிவிட்டேன். வண்டி புதுக்கோட்டை பிரின்ஸ் லாட்ஜ் வாசலில் நின்றது. "ஜெயகாந்தனைப் பார்த்துவிட்டு வரலாம்..." என்று கந்தர்வன் சொன்ன அந்தக் கணம், இன்னமும் என் நினைவில் தங்கியிருக்கிறது.

கந்தர்வன் பின்னாடியே நானும் அறைக்குள் போனேன். எழுத்தில் பார்த்த அதே கம்பீரம். அதே உறுதிமிக்க குரல். இருவரையும் "வாங்க..." என்றார். அவரிடம் என்னை அறிமுகம் செய்துவைத்தார் கந்தர்வன்.

"உங்களோட கதைகள் எனக்கு ரொம்ப பிடிக்கும்...' என்றேன். மீசையை முறுக்கியபடியே புன்னகையொன்றை வெளிப்படுத்தினார். அறையிலிருந்த அனைவரின் பேச்சையும் செவிமடுத்தார். ஆனால், சிலவற்றிற்கு மட்டுமே பதிலளித்தார். ஜெயகாந்தன் ஒன்றைச் சொல்லிய பிறகு, அது குறித்து வேறு சொல்வதற்கு எதுவுமேயில்லை என்பதாக, பேச்சு வேறுபக்கம் திரும்புவதைக் கவனித்துக் கொண்டிருந்தேன். ஜெயகாந்தன் பற்றி நான் செவிவழி அறிந்திருந்த எதுவும் பொய்யில்லை என்பதை அங்கிருந்த ஒவ்வொரு கணமும் உறுதி செய்வதாக இருந்தது.

அன்று மாலை நடைபெற்ற இலக்கிய விழாவிலும் அதே கம்பீரத்தோடும், ஆக்ரோஷத்தோடும் அமைந்தது ஜெயகாந்தனின் உரை. 'எழுதுபவர்களுக்கு பேச வராது.

பேசுபவர்களுக்கு எழுத வராது என்று சொல்வது ஜெயகாந்தன் விஷயத்தில் பொய்த்துபோனதைக் கண்டேன். எழுத்தில் அப்படியே பதிவுசெய்யும் வகையில் நேர்த்தியான உரையை வழங்கும் ஆற்றல் ஜெயகாந்தனிடம் இருப்பதை நேரில் கண்டு வியந்தேன். அந்தக் கூட்டத்தில் இருந்த பாதிக்கு மேற்பட்டோர் ஜெயகாந்தனின் வாசகர்களாக இருப்பது பெரும் மகிழ்ச்சியைத் தந்தது. தமிழில் ஒரு எழுத்தாளருக்கு இவ்வளவு வாசகர்கள் இருக்கிறார்கள் என்பதே பெரிய விஷயமாக எனக்குப்பட்டது. ஆனால், அது பற்றியெல்லாம் எவ்வித பெருமிதமோ, கர்வமோ ஜெயகாந்தனிடம் இல்லை என்பதையும் கண்டு கொண்டேன்.

பிறகு, 1999-இல் கோவையில் நடைபெற்ற தமுஎச வின் வெள்ளி விழா மாநாட்டிலும், 2000-த்தில் மானா மதுரையில் நடைபெற்ற கலை இரவிலும், 2001-இல் திருவண்ணாமலையில் நடைபெற்ற முற்றம் நிகழ்விலும் ஜெயகாந்தனைச் சந்திக்கும் வாய்ப்பும், அவரது உரை கேட்கும் பேறும் வாய்த்தன. கைக்குழந்தையாக இருந்த என் மகள் கவின்மொழியை வாஞ்சையோடு அவர் ஆசிர்வதித்தார்.

2012-ஆம் ஆண்டில் கே.கே.நகரிலுள்ள இயக்குநர் மணிவண்ணனைச் சந்தித்துவிட்டு வெளியே வந்தபோது, பக்கத்திலிருந்த வீட்டைக்காட்டி, 'இதுதான் எழுத்தாளர் ஜெயகாந்தனின் வீடு...' என்றார் உடனிருந்த நண்பர். "வேறு வேலைகள் இருக்கு. இன்னொரு நாள் வரலாம்..." என்று சொல்லிவிட்டுக் கிளம்பினேன்.

நான் அவரது வீட்டிற்குச் செல்லும் சூழல் 2015-ஆம் ஆண்டு ஏப்ரல் 9 அன்றுதான் எனக்கு வாய்த்தது. அன்று கண்ணாடிப்பேழையில் அந்தக் கம்பீரமான உருவம் அமைதியாகப் படுக்க வைக்கப்பட்டிருந்தது. கண்ணீர் மல்கச் சென்றேன். ஜெயகாந்தனின் அந்தக் கர்ஜனை முழக்கமும், அவரது எழுத்துகளின் வழி அறிமுகமான

கதாமாந்தர்களுமே என்னைச் சுற்றிச்சுற்றி வருவதான உணர்வு உண்டானது. அன்று விடிகாலை தொடங்கி, இறுதிப்பயணம் முடியும்வரை நானும் உடனிருந்தேன். அன்று காலை, மாலை என இரு வேளையும் சாப்பிடவேயில்லை. எனது மானசீக எழுத்தாளருக்கான அஞ்சலியாக நினைத்தேன்.

நான் பணி செய்த பத்திரிகை அலுவலகத்தில் ஜெயகாந்தனின் இறுதி நாட்களைப் பதிவுசெய்யும் வாய்ப்பை எனக்கு வழங்கினார்கள். எனக்குக் கிடைத்த மிகப் பெரிய பேறாக அதை நினைத்தேன். தோழர் ஆர்.நல்லகண்ணுவின் வீட்டிற்குச் சென்று, அவருக்கும் ஜெயகாந்தனுக்குமான உறவைப் பற்றி கேட்டேன். "ஜெயகாந்தனோட கதைகள் எல்லாத்திலேயும் சாதாரண அடித்தட்டு மக்கள், புறக்கணிக்கப்பட்ட மக்கள், உழைக்கும் ஏழை, எளிய மக்கள் இவர்கள்தான் கதைநாயகர்களாய் இருப்பார்கள்" என்றார் ஆர்.என்.கே.

ஜெயகாந்தனின் இறுதிப் பொழுதில் உடனிருந்த யு.எஸ்.எஸ்.ஆர். நடராஜனிடம் சில கேள்விகளைக் கேட்டேன்.

கடைசியாக ஜெயகாந்தன் என்ன படித்தார்?

நடராஜன்: சில நாட்களாகவே அவரால் எதையும் படிக்க முடியவில்லை. அவர் குறித்து வரும் செய்திகளை நான் படித்துக் காட்டுவேன். கடைசியாக படித்துக் காட்டியது 'குமுதம்' இதழில் வைரமுத்து எழுதிய சிறுகதைகளைப் படித்துக் காட்டினேன். தலையை ஆட்டிக்கொண்டே ரசித்துக் கேட்டார்.

கடைசியாக என்ன எழுதினார்?

நடராஜன்: எழுதுவதைவிட்டு பல ஆண்டுகள் ஆகி விட்டன. ஆனாலும் கடைசியாய் அவர் எழுதியது, வைரமுத்துவின் கதைகளை நான் படித்ததைக் கேட்டு விட்டு, அவரைப் பாராட்டி ஒரு கடிதமொன்றை எழுதினார்.

சமுதாய நிலை குறித்து கடைசியாய் என்ன சொன்னார்?

நடராஜன்: சமூகத்தின் சீர்கேடான போக்குகள் குறித்து எப்போதும் கோபம் கொண்டவர் ஜெயகாந்தன். ஏமாற்று, பொய், ஊழல் இவையெல்லாம் என்று ஒழிந்துபோகும்? என்றுதான் ஆதங்கப்பட்டார். பாரதியின் 'ரௌத்திரம் பழகு'வை கடைசிவரை பழகியவர் ஜெயகாந்தன்.

கடைசியாய் என்ன பேசினார்?

நடராஜன்: ஏதேதோ சொல்ல வேண்டுமென்கிற எண்ணம் அவர் மனதில் இருந்திருக்க வேண்டும். பேச முயன்றார். ஆனால், அவரால் எதுவும் சொல்ல முடியவில்லை.

கடைசியாய் என்ன செய்தார்?

நடராஜன்: தனது மகனை, மகளை அருகே அழைத்து வாஞ்சையோடு தடவிக் கொடுத்தார். அப்போது அவரது கண்களிலிருந்து கண்ணீர் பெருகியது.

கடைசியாக என்ன சாப்பிட்டார்?

நடராஜன்: கொஞ்சமாய் கஞ்சி குடித்தார். அதற்குமேல் அவரால் குடிக்க முடியவில்லை. அவரது மகன் ஜெயசிம்மன் கொடுத்த தண்ணீரை இரண்டொரு வாய் குடித்தார். அதுவே அவரது கடைசி உணவானது.

இவற்றையெல்லாம் மனம் கனக்கக் கேட்டு, பதிவு செய்து 'ஜேகே: கடைசி கடைசியாய்...' என்று தலைப்பிட்டுக் கொடுத்தேன். ஆர்.என்.கே கட்டுரை மட்டும் இதழில் வெளிவந்தது. இது பக்க நெருக்கடியில் அன்று இடம்பெறவில்லை. அதனை இப்போது பதிவு செய் கிறேன்.

எழுத்திலும், பேச்சிலும் மட்டுமின்றி தோற்றத்திலும் கம்பீரத்தைப் பிரதிபலிக்கும் எழுத்தாளர் ஜெயகாந்தன், தமிழ்க் கதைகளின் முகமாக இன்றும் என்றுமிருப்பார்.

காலமும் கொண்டாடும் கலாம்

சிந்திக்கலாம், முயற்சிக்கலாம், சாதிக்கலாம் என்ற எண்ணம் கொண்ட அனைவருக்கும் நம்பிக்கை நாயகனாக விளங்கியவர்; நாட்டின் மிக உயர்ந்த பதவியில் பொறுப்பு வகித்த போதிலும், நேரம் கிடைக்கும் போதெல்லாம் பள்ளி, கல்லூரி மாணவர்கள் மத்தியில் மனம் திறந்து உரையாடிய சிறப்புக்குரியவர்; தாய்மொழியான தமிழ் வழியில் கல்வி கற்று, ஏவுகணை தொழில்நுட்பத்தில் உலகம் வியக்கும் பல சாதனைகளைப் புரிந்து 'இந்திய ஏவுகணைகளின் தந்தை' என்று பாராட்டப்பெற்றவர்; இப்படியான பல பெருமைகளுக்குச் சொந்தக்காரர் தான் நம் தமிழ்நாட்டின் தென்கோடியான இராமேஸ்வரத்தில் பிறந்து, இந்திய திருநாட்டின் குடியரசுத் தலைவராக உயர்ந்த பெருமகனார் ஏ.பி.ஜெ.அப்துல் கலாம்.

நம் இந்திய தேசத்தின் நவீன அறிவியல் தொழில்நுட்ப வளர்ச்சிக்கு தனது அறிவாற்றலை முழுமையாக அர்ப் பணித்த அப்துல் கலாம், நாளைய தேசத்தின் நம்பிக்கை நட்சத்திரங்களாக விளங்கும் இளைய தலைமுறை விரும்பிக்

கொண்டாடும் அறிவியல் ஆளுமையாக இருந்தார். அதனால் தான் அவர் பள்ளிகளில் பேசும்போதெல்லாம் தனது அறிவியல் கருத்துக்களையெல்லாம் ஆக்கப்பூர்வமான சிந்தனைகளாக மாணவர் மனங்களில் விதைத்தார்.

'கனவு காணுங்கள்; ஆனால் கனவு என்பது நீ தூக்கத்தில் காண்பது அல்ல; உன்னைத் தூங்க விடாமல் செய்வதே கனவு' என்று அப்துல் கலாம் சொன்ன வார்த்தைகள், பிஞ்சு மனங்களில் அப்படியே கல்வெட்டாகப் பதிந்து போனது.

'நமது பிறப்பு ஒரு சம்பவமாக இருக்கலாம். ஆனால், இறப்பு ஒரு சரித்திரமாக இருக்க வேண்டும்' என்ற கலாமின் சொற்கள், இளைஞர்கள் மனதில் உறுதியான தன்னம்பிக்கையை உருவாக்கியது.

'நம்பிக்கை நிறைந்த ஒருவர் யார் முன்னேயும், எப்போதும் மண்டியிடுவதில்லை' என்று தனிமனிதனின் சுயமரியாதையையும் அறிவின் தெளிவையும் சொல்லி ஊக்கமூட்டினார். அதனாலேயே தான் அப்துல் கலாம் இந்திய மண்ணில் பிறந்த அனைவராலும் போற்றிக் கொண்டாடப்பட்டார்.

தமிழ்நாட்டின் இராமேஸ்வரத்தில் 1931-ஆம் ஆண்டு அக்டோபர் 15 அன்று ஜைனுலாபுதீன் - ஆஷியம்மா தம்பதியினரின் 5-ஆவது மகனாகப் பிறந்தார் ஆவுல் பக்கிர் ஜைனுலாபுதீன் அப்துல் கலாம் என்கிற ஏ.பி.ஜெ. அப்துல் கலாம். மீனவ தொழில் புரிந்த குடும்பத்தில் பிறந்த கலாம், சிறுவயதில் வறுமையின் பின்னணியில் வளர்ந்தவர். பள்ளி மாணவனாக இருக்கும்போதே குடும்ப வருமானத்திற்காகத் தினமும் செய்தித்தாள் விநியோகிக்கும் பணியினைச் செய்தார். பள்ளியில் சராசரி மாணவனாக மதிப்பெண்களைப் பெற்ற போதிலும், கற்றுக்கொள்வதில் ஈடுபாடும், கணக்குப் பாடத்தில் ஆர்வமும் உடையவராக இருந்தார்.

இராமேசுவரத்திலுள்ள தொடக்கப் பள்ளியில் பள்ளிக் கல்வியைப் பயின்ற கலாம், திருச்சியிலுள்ள தூய வளனார்

கல்லூரியில் சேர்ந்து இயற்பியலில் பட்டம் பெற்றார். 1955–இல், விண்வெளி பொறியியல் படிப்பில் சேர்ந்து, முதுகலை பட்டம் பெற்றார். சிறுவயதில் விமானியாக வேண்டுமென்கிற ஆசையும் கலாமிடம் இருந்தது. அது கிடைக்காததால் பாதுகாப்புத்துறை தொழில் நுட்ப படிப்பைத் தேர்வு செய்தார். கலாம் பல புகழ்மிக்க முனைவர் பட்டங்கள் பெற்றிருந்தாலும் முறையான படிப்பை, எம்.ஐ.டி சென்னையில் படித்த முதுகலை பட்ட படிப்பைக் கொண்டு முடித்தார்.

தனது படிப்பினை முடித்த பிறகு, பாதுகாப்பு ஆராய்ச்சி மற்றும் மேம்பாட்டு நிறுவனத்திலும் (DRDO) இந்திய விண்வெளி ஆராய்ச்சி நிறுவனத்திலும் (ISRO) விண்வெளி பொறியாளராகப் பணியாற்றத் தொடங்கினார் கலாம். 1960 –ஆம் ஆண்டு வானூர்தி அபிவிருத்தி அமைத்தல் பிரிவில் விஞ்ஞானியாக ஆராய்ச்சியை தொடங்கிய அப்துல் கலாமின் பயணமானது, இந்திய விண்வெளி ஆராய்ச்சிக் கூடமான இஸ்ரோ வரைக்கும் தொடர்ந்தது. வளர்ந்துவரும் நவீன அறிவியல் தொழில்நுட்பங்களைப் பயன்படுத்தி, உலக அளவில் அறிவியல் தொழில்நுட்பத்தில் தன்னிறைவு பெற்ற நாடாக இந்தியா திகழ வேண்டுமென்று விரும்பினார் கலாம். ஏவுகணை மற்றும் ஏவுகணை ஏவல் வாகன தொழில்நுட்ப வளர்ச்சியில் மிகுந்த கவனமும் ஈடுபாடும் காட்டினார்.

நாட்டின் பெருமைமிகு அறிவியல் விஞ்ஞானியாக அறியப்பட்டாலும், கற்றுக்கொள்வதிலும் தான் கற்றதைப் பிறருக்கு கற்றுக்கொடுப்பதிலும் எப்போதும் அக்கறை காட்டினார் கலாம். பாட்னாவின் அஸ்தினாபூரிலுள்ள இந்திய மேலாண்மை நிறுவனங்களின் வருகைப் பேராசிரியராகவும், திருவனந்தபுரத்திலுள்ள இந்திய விண்வெளி அறிவியல் மற்றும் தொழில்நுட்ப நிறுவனத்தின் வேந்தராகவும், சென்னை அண்ணா மற்றும் ஜே.எஸ்.எஸ் மைசூர் பல்கலைக்கழகங்களில் பேராசிரியராகவும் பணி யாற்றியதோடு, சோமாலியாவில் உள்ள பல கல்வி

மற்றும் ஆராய்ச்சி நிறுவனங்களில் துணை / வருகைப் பேராசிரியராகவும் பணியாற்றினார்.

இந்தியாவில் முதல் அணு ஆயுத சோதனை 1974-ஆம் ஆண்டில் நடந்த பிறகு, 1998-இல் ஆண்டு மே மாதம் 11-ஆம் தேதி பொக்ரான் - II அணு ஆயுத பரிசோதனை நடைபெற்றது. இச்சோதனையின்போது, நிறுவனம், தொழில்நுட்பம் மற்றும் அரசியல் ரீதியாக கலாம் மிக முக்கிய பங்காற்றினார் என்பது குறிப்பிடத்தக்கது. இந்திய பாதுகாப்புத் துறையின் ஆய்வுகளில் முதலில் வெளிநாட்டு கருவிகளே பெருமளவில் பயன்படுத்தப்பட்டு வந்தன. அவற்றை வேண்டாமென ஒதுக்கி விட்டு, முழுவதும் உள்நாட்டிலேயே தயாரிக்கப்பட்ட கருவிகள் மூலம் ஆய்வு பணிகளைச் செய்ய வைத்தார் கலாம்.

அப்துல் கலாம் திட்ட இயக்குநராக இருந்த காலத்தில் தான் திரிசூல், அக்னி, பிருத்வி, நாக், ஆகாஷ் அகிய ஏவுகணைகள் வடிவமைக்கப்பட்டு, இந்திய ராணுவத்தின் செயல்பாட்டிற்குப் பேருதவியாக அமைந்தன.

இந்தியாவிற்காக கண்டம் விட்டு கண்டம் பாயும் ஏவுகணையை கலாம் உருவாக்கியபோது அமெரிக்கா உள்ளிட்ட பல உலக நாடுகள் கலாமின் அறிவியல் செயல் பாட்டை ஆச்சரியத்துடனும், மிரட்சியுடனும் பார்த்தன.

போலியோ நோயாளிகளுக்கான எடை குறைந்த ஊன்று கோல் மற்றும் இருதய நோயாளிகளுக்கான எடை குறைந்த ஸ்டெண்ட் கருவி ஆகியவை கலாமின் கண்டுபிடிப்புகளில் சிறப்பு வாய்ந்தவையாகும். அவற்றிற்கு 'கலாம் ஸ்டெண்டு' என்றே பெயர் சூட்டப்பட்டது.

2002-ஆம் ஆண்டில் நம் நாட்டின் முக்கியக் கட்சி களின் பேராதரவோடு, 11-ஆவது இந்தியக் குடியரசுத் தலைவராகத் தேர்ந்தெடுக்கப்பட்டார். அதுவரை குடியரசுத் தலைவராக இருப்பவர்கள் இப்படியாகத்தான் இருக்க வேண்டுமென்று இருந்த மரபுகளை மாற்றி, தான் பதவியேற்ற நாள் முதலே புதிய செயல்பாடுகளை

முன்னெடுத்தார் கலாம். 2002 சூலை 22 முதல், 2007 சூலை 25 வரை நாட்டின் குடியரசுத் தலைவராகச் சிறப்பான முறையில் பணியாற்றினார். 'மக்கள் ஜானதிபதி' என்று இந்திய மக்களால் பெரிதும் பாராட்டப்பெற்றார் கலாம்.

ஒருமுறை புதுடில்லியிலுள்ள காந்தி சமாதிக்குச் சென்ற அப்துல் கலாம், "காந்தியின் வாழ்க்கை அனுபவங்களைக் குழந்தைகளிடம் பரப்ப நான் சபதம் ஏற்கிறேன்" என்ற குறிப்பினை எழுதினார். அதன்படி தனது ஜனாதிபதி பதவி காலம் முடிந்த பிறகும் பள்ளி, கல்லூரிகளுக்குச் சென்று மாணவ – மாணவிகளிடம் தொடர்ந்து பேசிவந்தார்.

சிறுவயதிலிருந்தே கவிதைகளைப் படிப்பதில் ஆர்வம் கொண்டிருந்த கலாம், பின்னாளில் கவிதைகளும் எழுதி னார். கலாம் எழுதிய கவிதை வரிகள் ஒவ்வொன்றும் வாசிப்பவர்களின் வாழ்க்கைக்கு வழிகாட்டும் ஒளிவிளக்கு களாக மிளிர்ந்தன. கலாமின் கவிதைகள் 'எனது பயணம்' எனும் நூலாக ஆங்கிலத்தில் மொழியாக்கம் செய்யப்பட்டது.

திருக்குறளின் மீது ஆழ்ந்த பற்றினைக் கொண்டிருந்த கலாம், 'என் வாழ்வில் திருக்குறள்' எனும் நூலினையும் எழுதினார். தனது வாழ்க்கை வரலாற்றினை 'அக்னிச் சிறகுகள்' எனும் நூலாகவும் எழுதி, அந்நூல் தேசமெங்கும் வரவேற்பைப் பெற்றது.

கலாம் மிகுந்த எளிமையும், குழந்தைகள் மேல் பாசமும் கொண்ட மனிதராக அனைவராலும நேசிக்கப்பட்டார். குழந்தைகள் மத்தியில் எப்போதுமே கனிவான வார்த்தை களைக் கொண்டே பேசினார். குழந்தைகள் மனங்களில் இருந்த அவநம்பிக்கையை அகற்றி, புத்துணர்வையும் புதிய நம்பிக்கையையும் ஊட்டினார்.

குடியரசுத் தலைவராக இருந்தபோது, தன்னைச் சந்திக்க வந்த அரசியல் தலைவர்களிடம் எல்லாம், "நம் தேசத்தின்

தொழில்நுட்ப வளர்ச்சியில் கவனம் செலுத்துங்கள். அது தான் நம் மக்களின் வாழ்க்கைத் தரத்தை உயர்த்தும்" என்று சொன்னவர் கலாம்.

கலாம், பள்ளி மாணவ – மாணவிகள் மத்தியின் தான் மட்டுமே பேசிக்கொண்டிருக்க வேண்டுமென நினைக்க வில்லை. அவர்களும் பேச வேண்டும்; கேள்விகள் கேட்டு தெளிவுபெற வேண்டுமென்று விரும்பினார்.

ஒருமுறை ஒரு பள்ளியில் நடைபெற்ற நிகழ்ச்சியில் ஒரு மாணவி, "நல்ல நாள், கெட்ட நாள் எது?" என்று கலாமிடம் ஒரு கேள்வியைக் கேட்டார். அதற்கு அப்துல் கலாம், "பூமி மீது சூரிய ஒளிபட்டால் அது பகல். படா விட்டால் இரவு. இதில் நல்லது கெட்டது என்று எதுவு மில்லை" என்று பதில் சொல்லி, மாணவமாணவிகளின் மனங்களில் அறிவியல் சிந்தனையைப் படரவிட்டார்.

கலாம், 'இந்தியா 2020' எனும் நூலினை எழுதினார். அந்நூலில், 'அனைத்து வளங்களும் நிறைந்த இந்தியா, 2020–ஆம் ஆண்டில் உலகின் வளர்ந்த 5 நாடுகளில் ஒன்றாக திகழும்' என்று எழுதி, இந்திய இளைஞர்களிடம் உற்சாகத்தை உண்டாக்கினார். கலாமுக்கு இசைக்கருவி வாசிப்பதில் ஆர்வமுண்டு. தன்னிடம் இருந்த ஒரு பழமை யான வீணையை எப்போதாவது நேரம் கிடைக்கும் போதெல்லாம் வாசித்து, மனமகிழ்வு கொள்வார். கலாம் மிகுந்த இசை ஞானம் உடையவர். தியாகராஜ கீர்த்தனை களில் சில கிருதிகளை அவர் தெரிந்து வைத்திருந்தார்.

எப்போதுமே கலாம் தன்னைச் சுறுசுறுப்பாக வைத்தி ருப்பதில் மிகுந்த கவனம் கொண்டிருந்தார். ஒரு நாளும் அவர் சோம்பலாக இருந்ததில்லை. ஒரு நாளைக்கு சுமார் 18 மணி நேரம்கூட தயங்காமல் உழைத்தார் கலாம். கலாமின் சிறப்பான அறிவியல் ஆக்கங்களுக்காக உலகம் முழுவதுமுள்ள 40 பல்கலைக்கழகங்கள் மதிப்புறு முனைவர் பட்டங்களை வழங்கியுள்ளன. இந்திய விண்வெளி ஆராய்ச்சி நிறுவனம், பாதுகாப்பு ஆராய்ச்சி மற்றும்

மேம்பாட்டு நிறுவனத்தில் சிறப்பாகப் பணியாற்றியமைக் காகவும், அரசின் விஞ்ஞான ஆலோசகராகப் பணியாற்றி யமைக்காகவும் 1981–ஆம் ஆண்டில் 'பத்மபூஷண்' விருதும், 1990–ஆம் ஆண்டில் 'பத்மவிபூஷண்' விருதும் இந்திய அரசு வழங்கிக் கவுரவித்தது. பாரத ரத்னா (1997), தேசிய ஒருங்கிணைப்பு இந்திராகாந்தி விருது (1997), வீர சாவர்க்கர் விருது (1998), ராமானுஜன் விருது (2000) உள்ளிட்ட 10–க்கும் மேற்பட்ட விருதுகள் கலாமின் புகழ் மகுடத்திற்குப் பெருமை சேர்க்கும் வகையில் வழங்கப் பட்டன.

'வாழ்க்கை என்பது ஒரு சந்தர்ப்பம்; அதை நழுவ விடாதீர்கள். வாழ்க்கை ஒரு கடமை; அதை நிறைவேற் றுங்கள். வாழ்க்கை ஒரு லட்சியம்; அதை சாதியுங்கள். வாழ்க்கை ஒரு சோகம்; அதை தாங்கிக் கொள்ளுங்கள். வாழ்க்கை ஒரு போராட்டம்; வென்று காட்டுங்கள். வாழ்க்கை ஒரு பயணம்; அதை நடத்தி முடியுங்கள்' என்று தனது கூட்டங்களிலெல்லாம் பேசி வந்தார் கலாம். 2015 –ஆம் ஆண்டு ஜூலை 27 அன்று ஷில்லாங்கிலுள்ள இண்டியன் இன்ஸ்டிடியூட் ஆஃப் மேனேஜ்மென்ட்டின் விழாவொன்றில் பேசிக்கொண்டிருந்த கலாம், மேடை யிலேயே மயங்கி விழுந்து உயிர் நீத்தார்.

அப்துல் கலாமிம் மறைவு தேசமெங்கிலும் எதிரொலித் தது. ஒரு மகத்தான மாமனிதரை இந்த தேசம் இழந்துவிட்ட சோகம் அனைவர் மனதிலும் குடிகொண்டது.

ராமேஸ்வரம் மசூதி தெருவிலுள்ள அப்துல் கலாம் பிறந்த வீட்டின் முதல் மாடியில், மிஷன் ஆஃப் லைப் காலேரி (Mission of Life Gallery) என்ற பெயரில், அப்துல் கலாம் பெற்ற விருதுகள், முக்கிய நிகழ்வுகளில் பங்கேற்ற புகைப்படங்கள் மற்றும் எழுதிய நூல்கள் அனைத்தும் கண்காட்சியாக வைக்கப்பட்டுள்ளன.

மத்திய அரசின் சார்பில் இராமநாதபுரம் மாவட்டம் இராமேசுவரம் தீவிலுள்ள பேக்கரும்பு என்னுமிடத்தில்

அப்துல் கலாம் நினைவிடம் அமைக்கப்பட்டுள்ளது. சுமார் மூன்றரை ஏக்கர் பரப்பளவில் 20 கோடி ரூபாய் மதிப்பில் அமைக்கப்பட்டுள்ள இந்த 'அப்துல் கலாம் தேசிய நினைவகம்', டெல்லியிலுள்ள குடியரசுத் தலைவர் மாளிகையை பிரதிபலிப்பது போன்று அமைக்கப்பட்டுள்ளது.

குழந்தைகளின் உள்ளங்களில், இளைஞர்களின் எண்ணங்களில், இந்திய மக்களின் மனங்களில் வாழ்ந்து கொண்டிருக்கும் ஏ.பி.ஜெ.அப்துல் கலாம், என்றென்றும் காலமும் கொண்டாடும் மகத்தான அறிவியல் மாமேதை என்பதில் இருவேறு கருத்திற்கு இடமேயில்லை.

கரிசல் மண்ணின் கதைசொல்லி
எழுத்தாளர் மேலாண்மை பொன்னுச்சாமி

தொண்ணூறுகளின் தொடக்கத்தில் அரசு கிளை நூலகத்திலிருந்து எடுத்துவந்த 'சிபிகள்' சிறுகதைத் தொகுப்பைப் படித்த கணத்திலிருந்து, அந்த எழுத்தாளரைச் சந்திக்க வேண்டுமென்கிற ஆசை எனக்குள். அந்தத் தொகுப்பிலுள்ள கதைகளும், அந்தக் கதைகளுக்குள் ஊடாடிய மனிதர்களும் என் மனசிற்கு மிக நெருக்கமாகிப் போனார்கள். 1992-இல் (பிப்.8-11) தமிழ்நாடு முற்போக்கு எழுத்தாளர் சங்கத்தின் சார்பில் நாமக்கல் மாவட்டம் பாலப்பட்டியில் நடைபெற்ற இலக்கியப் பயிற்சி முகாமிற்கு அழைத்தபோது, "முகாமிற்கு எழுத்தாளர் மேலாண்மை பொன்னுச்சாமி வருவாரா..?" என்று நான் கேட்டதற்கு, "அவரு இல்லாமயா சிறுகதை முகாம் நடக்கும்..?" என்று அடர்ந்த மீசைக்குள்ளிருந்து சிரித்தார் எழுத்தாளர் கந்தர்வன்.

இரவெல்லாம் பயணம் செய்து விடியற்காலையில் போய் இறங்கியதுமே, "மேலாண்மை பொன்னுச்சாமி

வந்திருக்காரா..?" என்ற கேள்விக்கு, "வந்துட்டாரு. காவிரி ஆத்துக்கு குளிக்கப் போயிருக்காரு..!" என்றார்கள். அங்கே போனால், ஏழெட்டு பேர் குளித்துக் கொண்டிருந்தார்கள். "யாரு இதுல மேலாண்மை பொன்னுச்சாமி..?" என்றேன். கோடு போட்ட ட்ரவுசர் ஒன்றைப் போட்டுக்கொண்டு, குழந்தையின் குதூகல மனநிலையோடு ஆற்றில் குளித்துக் கொண்டிருந்த அந்த மனிதரைக் காட்டினார்கள். என் மனதிற்குள் எழுத்தாளருக்கென்று ஒரு பிம்பம் இருந்தது. மேலாண்மை அப்படிப்பட்ட எந்த பிம்பங்களுக்கும் அடை படாத கிராமத்துச் சம்சாரியாக வெள்ளந்தி மனிதராக இருந்தார். தன் எழுத்து தந்திருக்கும் எந்த புகழ் மகுடத் தையும் தன் தலையில் ஏற்றிக்கொள்ளாத எளிய மனிதராக என்முன்னே நின்றார். எனக்கு மட்டுமல்ல, அவரைச் சந்திக்கும் எல்லாருக்குமே அவரின் அறிமுகம் அப்படியாகத்தான் இருந்திருக்கும்.

குளித்துவிட்டு கரையேறியவரிடம் வேகமாக ஓடிச் சென்று அறிமுகம் செய்து கொண்டேன். அப்படியே ஈரத்தோடு சேர்த்தணைத்துக் கொண்டவர், "வாங்க, நாலு நாள் எல்லாம் ஒன்னாத்தான் இருக்கப் போறோம். நிறைய பேசலாம்" என்றார். அன்றைக்கு அவர் அணைத்த போது என்மேல் ஒட்டிய ஈரமும், 'பேசலாம்' என்று சொன்னதும், கடந்த 25 ஆண்டுகளுக்கும் மேலாக தொடர்ந்து கொண்டேயிருக்கிறது.

மேலாண்மை பொன்னுச்சாமி எனும் எழுத்தாளரைப் பற்றி அறிந்த அனைவரும் அவருக்குள் அச்சு அசலாய் அப்படியே இருந்த ஒரு அசலான கிராமத்துச் சம்சாரி ஒருவரையும் நிச்சயம் அறிந்தேயிருப்பார்கள்.

விருதுநகர் மாவட்டம் மேலாண்மறைநாடு எனும் கிராமத்தில் பிறந்த பொன்னுச்சாமியின் பெற்றோர் சிறுவயதிலேயே இறந்துவிட, பொன்னுச்சாமியையும், அவது தம்பி கரிகாலனையும் அவர்களின் பாட்டிதான் வளர்த்தெடுத்தார். குடும்ப வறுமை 5-ஆம் வகுப்புக்கு மேல் படிப்பைத் தொடரவிடாமல் செய்தது. குடும்பத்தைச்

சுமக்கும் பொறுப்பு பொன்னுச்சாமிக்கு. கிராமத்திலிருந்து வெளிவந்து, பல சிறுசிறு வேலைகளைச் செய்கிறார். விவசாயக் கூலி, மளிகைக் கடை வேலையாள், புளி வியாபாரம் உள்ளிட்ட பல வேலைகளைச் செய்தவர், பலசரக்குப் போடும் வேலையையும் கொஞ்ச காலம் தஞ்சையில் செய்கிறார். பொருள் தேடும் அவரது வாழ்க்கைப் பயணத்தினூடே, அவருக்கு புத்தக வாசிப்பின் மீதான ஈர்ப்பு உண்டாகிறது. தன் பார்வைக்கு வரும் புத்தகங்களையெல்லாம் ஒன்றுவிடாமல் வாசிக்கிறார். தனது வாசிப்பிற்கு பெரிய உந்துதலைத் தந்தவை சோவியத் மொழிபெயர்ப்பு நூல்களே என்று பின்னாளில் அவர் குறிப்பிட்டார்.

தன் வாழ்வையும் எழுத வேண்டுமென்கிற ஆர்வமும், தன்னாலும் எழுத முடியுமென்கிற நம்பிக்கையும் அவருக்குள் துளிர்த்தது. எவ்வித ஜோடனைகளும் இல்லாமல் தனது அனுபவமொன்றை அப்படியே கதையாக்கி, 'செம்மலர்' இதழுக்கு 1972-ஆம் ஆண்டில் அனுப்பினார். அக்கதை உடனே பிரசுரமானது. முதன்முதலாக அச்சேறிய கதை அதுவே. மேலாண்மை பொன்னுச்சாமி எனும் எழுத்தாளன் தமிழுக்கு கிடைத்த முன்கதை இப்படியாகவே நிகழ்ந்தது.

அன்றைய நாளில் தென் மாவட்டத்திலுள்ள பல எழுத்தாளர்களையும் சமூக ஆர்வலர்களையும் இடதுசாரி இயக்கத்தின்பால் ஆற்றுப்படுத்தி வந்தவர் தோழர் எஸ்.ஏ. பெருமாள். மேலாண்மை பொன்னுச்சாமிக்கு எஸ்.ஏ.பி யின் அறிமுகம் கிடைத்தது. அவர் வழியாக இடதுசாரி இயக்க – இலக்கிய அணியில் மேலாண்மையும் ஒருவராக இணைந்துகொண்டார்.

கதைக்கரு, கதை நிகழும் களம், கதாமாந்தர்கள், கதை மொழி என எதையும் தான் பார்க்காத, கேட்காத, பழகாதவைகள் பற்றியதாக துளியும் இல்லாமல், தன் கிராமத்துச் சூழலில் அன்றாடம் பார்க்கும் விவசாயக்

குடும்பங்களின் வாழ்க்கையை கதைகளாக எழுதியதே மேலாண்மையின் தனித்துவ சிறப்பு.

நாடு, நகரம், கிராமங்களில் புரையோடிக் கிடக்கும் சாதீய சமூக ஒடுக்குமுறைகள், அன்றாடம் வாழ்க்கைப் பாட்டிற்காக அல்லாடித் திரியும் சம்சாரிகளின் துயரங்கள் என தன் கதைகளின் வழியே எளிய மனிதர்களின் வாழ்வை அசலாகப் பதிவு செய்தார். மனித மனங்களுக்குள் மண்டிக் கிடக்கும் சொல்லவியலாத ஏக்கங்களை, பொதுவெளியில் பலரும் அறிந்திராத கிராமத்து மக்களின் அன்றாட அவஸ்தைப் பொழுதுகளை தன் கதைகளில் மிகவும் நுட்பமாக எழுதினார் மேலாண்மை பொன்னுச்சாமி. கதைகளை வாசித்து முடித்த கணத்தில் வாசகனின் கண்களில் ஓரிரு துளிகளாவது கண்ணீர் சுரக்கும் என்பதே மேலாண்மையின் எழுத்து எவ்வளவு உண்மைக்கு நெருக்கமாக இருக்கிறது என்பதற்கான சான்று.

பொதுவாகவே முற்போக்கு எழுத்தாளர்கள் அவர்களின் கருத்துகளுக்கு முன்னுரிமை அளிக்கும் இடதுசாரி இதழ்களான செம்மலர், தாமரை உள்ளிட்ட இதழ்களிலும், மேலும் சில சிறுபத்திரிகைகளிலும் மட்டுமே கதைகளை எழுதி வந்தனர். முற்போக்கு எழுத்தாளரின் கதைகள் அப்போதெல்லாம் வெகுசன இதழ்களில் பிரசுரமானது ரொம்பவும் அபூர்வம். அப்படியாக இருந்த சூழலில், வெகுசன இதழ்களிலும் பரவலாக தனது கதைகளை எழுதிய முற்போக்கு எழுத்தாளர் என்கிற பெருமை மேலாண்மை பொன்னுச்சாமிக்கு உண்டு. எந்த இதழில் கதை வெளிவந்தாலும், அதை வாசிக்கும்போதே 'இது மேலாண்மைபொன்னுச்சாமிஎழுதியது' என்றுவாசகர்கள் சொல்லத்தக்க வகையில், தனக்கென பிரத்தியேக மான ஒரு எழுத்து நடையை உருவாக்கி, அதற்கான வாசக வட்டப் பரப்பையும் உருவாக்கியவர் மேலாண்மை பொன்னுச்சாமி.

இடதுசாரி இயக்க எழுத்தாளர்கள் ஒரு சங்கமாக ஒன்றிணைந்து, முதன்முதலாக மதுரையில் தமிழ்நாடு

முற்போக்கு எழுத்தாளர் சங்கம் எனும் அமைப்பினைத் தொடங்கியபோது, அதன் தொடக்கக் காலத்திலேயே தன்னையும் அதில் இணைத்துக்கொண்டு, தனது பங்களிப்பை திறம்பட அளித்தவர் மேலாண்மை பொன்னுச்சாமி. ஓர் எழுத்தாளரின் பணியென்பது எழுதுவதோடு நின்று விடுவதல்ல; அதையும் கடந்து மக்களைச் சந்திப்பதும், அவர்களது குரல்களுக்குச் செவி மடுப்பதும், அவர்களது போராட்டங்களுக்குத் துணை நிற்பதும் ஓர் எழுத்தாளரின் கடமையாகும் எனும் குறிக் கோளோடு இயங்கியவர் மேலாண்மை பொன்னுச்சாமி. தமுஎசவின் முன்னணி எழுத்தாளராக அவர் அறியப்பட்ட போதிலும், அந்த இலக்கிய அமைப்பின் பொறுப்பாளராக இருந்து, பல இளைய தலைமுறை எழுத்தாளர்களையும் வளர்த்தெடுத்தார். தமுஎச–வின் மாவட்டச் செயலாளர், மாநில துணைத்தலைவர், மாநிலத் தலைவர் என தன் பங்களிப்பைத் தொடர்ந்து வழங்கிக்கொண்டேயிருந்தார்.

எழுத்தாளர் என்பது அவரது ஒரு முகம் என்றால், இன்னொரு முகம் தீவிர இடதுசாரி சிந்தனையாளராகவும் இருந்தார். ‘எழுத்தாளர்களுக்கு சமூக அரசியல் பார்வை அவசியம் தேவை. அந்த சிந்தனையை முன்னெடுக்கும் அரசியலிலும் எழுத்தாளர்கள் பங்கேற்க வேண்டும்’ என்று சொன்ன மேலாண்மை, தன்னையும் மார்க்சிஸ்ட் கம்யூனிஸ்ட் கட்சியில் உறுப்பினராக இணைத்துக் கொண்டவர். ஒன்றுபட்ட இராமநாதபுரம் மாவட்டத் திலும், பிறகு அதிலிருந்து பிரிந்த விருதுநகர் மாவட்டத் திலும், மார்க்சிஸ்ட் கம்யூனிஸ்ட் கட்சியின் மாவட்டக்குழு உறுப்பினராக இருந்து, தனது பங்களிப்பைத் திறம்பட செய்தார்.

தமிழகம் அறிந்த எழுத்தாளர் மேலாண்மை பொன்னுச் சாமி என்பதை அனைவரும் அறிவோம். ஆனால், அவரைப் பற்றியும், அவரது கதைகளைப் பற்றியும் அறிந்த பலரும்கூட அறிந்திராத சில தகவல்களும் உண்டு. ஆலங்குளம் சிமெண்ட் தொழிற்சாலையில் பணியாற்றும்

தொழிலாளர்களின் போராட்டத்தில் பங்கேற்று ஒரு மாத காலம் மதுரை சிறையிலும், விலைவாசி உயர்வுக்கான போராட்டத்தில் பங்கேற்று ஒரு மாத காலம் பாளையங் கோட்டை சிறையிலும் இருந்தவர் மேலாண்மை பொன்னுச்சாமி என்பதும் அவரது சமூகப் பங்களிப்பில் குறிப்பிடத்தக்கவை. ஆனால், இது குறித்து எங்கும் பெரிதாகக் குறிப்பிடாத மனம் படைத்த மேலாண்மை பொன்னுச்சாமி, எழுத்துக்கும் வாழ்க்கைக்குமான இடைவெளியற்ற வாழ்க்கையை வாழ்ந்தவர் எனில் மிகையில்லை.

தன் படைப்புகள் குறித்த விமர்சனங்கள் எத்தகைய தாக இருந்தாலும், அது பாராட்டாகவோ அல்லது விமர்சனமாகவோ இருந்தாலும், அவற்றை காது கொடுத்து கேட்பார். தன்னளவில் சரியென்றுணர்வதை ஏற்பதும், தனது கருத்தியலுக்கு ஒவ்வாதது என்பதைப் புறந்தள்ளிவிட்டு, தன்போக்கில் ஓடும் நதியென இயங்கியவர் மேலாண்மை. அதேபோல், இளைய படைப் பாளர்களின் எழுத்துக்களை ஆர்வத்தோடு வாசிப்பதும், அவற்றைப் பற்றிய தனது கருத்துக்களைத் தோழமையோடு பகிர்ந்து கொள்வதையும், அவர்களது நூல்களுக்கு முன்னுரைகளை, மதிப்புரைகளை எழுதுவதையும் மிகுந்த அக்கறையுடன் செய்து வந்தார்.

எழுதுவதில் கொஞ்சமும் சளைப்பில்லாமல், கடைசி வரை தன் கைப்படவே கதைகளை எழுதி வந்தார். ஏழெட்டு கதைகள் கூட ஒரு மாதக் காலத்தில் எழுதியதாகவும் சொல்லியுள்ளார். 'இன்னும் எழுதுவதற்கு நிறைய விஷயங்கள் எங்கள் மக்களிடம் கொட்டிக் கிடக்கின்றன; எல்லாத்தையும் எழுதணும்' என்று சொல்லிக்கொண்டே, அதை மனதிலுறுத்தி எழுதிக்கொண்டும் இருந்தார். 'இவரென்ன வசவசன்னு நிறைய எழுதுறாரே..!' என்கிற குற்றச்சாட்டும் மேலாண்மையின் மீது சிலரால் வைக்கப் பட்டதுண்டு. ஆனாலும், அவர் எழுதிய கதைகள் அனைத்துமே அவரளவில் உணர்ந்து, உள்வாங்கி எழுதப்பட்ட நிறைவான படைப்புகளாகவே மிளிர்ந்தன.

மேலாண்மை பொன்னுச்சாமியின் கதைகள் 1981 –இல் ‘மானுடம் வெல்லும்’ எனும் முதல் தொகுப்பாக வெளியானது. பின்னர் பூக்காத மாலை, சிபிகள், மானுடப் பிரவாகம், தாய்மதி, அன்பூ வாசம், உயிர்க்காற்று, என் கனா உள்ளிட்ட 24 சிறுகதைத் தொகுப்புகளாகவும், குறுநாவல்கள் பாசத்தீ, மரம், கோடுகள் உள்ளிட்ட 6 தொகுப்புகளாகவும், உயிர் நிலம், அச்சமே நரகம், ஆகாய சிறகுகள், ஊர் மண் உள்ளிட்ட 7 நாவல்களாகவும் வெளிவந்துள்ளன. “எனக்கு எழுத மட்டுந்தான் தெரியும்” என்று சொல்லிக்கொண்டே தமுஎச கூட்டங்களில் பேசவும் ஆரம்பித்த மேலாண்மை, பின்னாளில் சிறந்த உரையாளராகவும் இலக்கிய அரங்குகளில் வலம் வந்தார். ‘சிறுகதை படைப்பின் உள்விவகாரங்கள்’ எனும் அவரது சிறுகதை குறித்த விமர்சன பூர்வமான கட்டுரை நூல், புதிதாக எழுதவரும் எழுத்தாளர்களுக்கு ஒரு கையேட்டைப் போல் நல்வழிகாட்டியாக விளங்கக்கூடியது.

2007–இல் ‘மின்சாரப்பூ’ எனும் சிறுகதை நூலுக்காக சாகித்திய அகாதெமி விருது, வடஅமெரிக்க தமிழ்ச் சங்கப் பேரவையின் மாட்சிமை பரிசு, தமிழக அரசு பரிசென பல பரிசுகளைப் பெற்றுள்ளார். ‘சிபிகள்’ சிறுகதைத் தொகுப்பு மதுரை காமராசர் பல்கலைக்கழக பாடநூலாகவும், பாட்டையா எனும் சிறுகதை பனிரெண்டாம் வகுப்பில் துணைப் பாடமாகவும் உள்ளன.

பொன்னுச்சாமி எனும் தனது பெயரோடு ஒட்டிக் கொண்ட மேலாண்மறை நாடு, விருதுநகர் மாவட்டத்தின் கடைக்கோடியிலுள்ள ஒரு குக்கிராமமாகும். ஒரு சிறிய கிராமம் எனும் ஒற்றை அடையாளத்தைத் தவிர வேறெந்த அடையாளமும் இல்லாமலிருந்த மேலாண்மறைநாட்டிற்கு, தமிழின் மிகச் சிறந்த எழுத்தாளர் ஒருவர் பிறந்த கிராமம் எனும் பெருமையை உண்டாக்கித் தந்தவர் மேலாண்மை பொன்னுச்சாமி. கடந்த அரை நூற்றாண்டுகளுக்கும் மேலாக இடைவிடாமல் தொடர்ந்து எழுதிய மேலாண்மை பொன்னுச்சாமி, தனது கிராமத்தில் வைத்திருந்த சிறிய

மளிகைக்கடை ஒன்றின் வருமானமே, அவரது குடும்பமும், அவரது தம்பி குடும்பமும் வாழ்வதற்கான ஆதாரமாக இருந்தது. அவரது இல்லறத் துணை பொன்னுத்தாய், அவரது இரு மகள்களான வைகறைச்செல்வி, தென்றல், மகனான வெண்மணிச்செல்வன் என அனைவருமே தனது தந்தை ஓர் மக்களுக்கான எழுத்தாளர் என்பதில் எப்போதும் மகிழ்ச்சியையும் மனநிறைவையும் கொண்டிருந்தனர்.

'எழுதுவதோடு முடிந்துவிடுவதல்ல எழுத்தாளனின் பணி. மக்களுக்கான போராட்டங்களிலும் அவர்கள் தங்களை இணைத்துக்கொள்ள வேண்டும்' என்று சொன்னதோடு, என்றும் உழைக்கும் மக்களின் பக்கமாகவே சேர்ந்து நின்றவர் எழுத்தாளர் மேலாண்மை பொன்னுச்சாமி.

வாசிப்பு தந்த உந்துதலில் எழுதத் தொடங்கி, இடதுசாரி இலக்கிய இயக்கத்தில் தன்னை முழுமையாய் இணைத்துக் கொண்ட மேலாண்மை பொன்னுச்சாமி, கடந்த 2017 அக்டோபர் 30 அன்று இம்மண்ணுலக வாழ்வை விட்டு மறைந்தார். ஆனாலும், அவரது கதைகளின் வழியாக அவர் என்றென்றும் நினைக்கப்படுவார்; வாழ்ந்து கொண்டேயிருப்பார் என்பது மட்டும் நிச்சயமான உண்மை.

தமிழ் ஹைக்கூவை ஈன்ற ஆண் தாய்
கவிக்கோ அப்துல் ரகுமான்

நமக்குப் பிடித்தமானவர்களை இந்த மண்ணிலிருந்து திருடிக்கொண்டோடும் காலத்தின் கால்களில் சக்கரங்கள் கட்டியிருக்கும் போலும்; எவ்வளவு வேகமெடுத்து ஓடு கிறது. வரும் ஜூன் 2–ஆம் தேதி கவிக்கோ அப்துல் ரகுமானின் நான்காமாண்டு நினைவு தினம். நினைக்கை யிலேயே நெஞ்சு விம்முகிறது. தனது எண்பதாவது அகவையைத் தொடவிருக்கும் வேளையில், எதிர்பாரா நேரத்தில் நிறுத்தமொன்றில் சட்டென இறங்கிப்போகும் பயணியைப்போல முடிந்துபோனது கவிக்கோ அப்துல் ரகுமானின் வாழ்வு. ஆனாலும், தமிழ்க் கவிதையின் முகமாக இன்னும் பல நூற்றாண்டுகளுக்கு நினைவு கூரத்தக்க கவியாளுமைகளுள் முதன்மையானவர் கவிக்கோ அப்துல் ரகுமான் என்பதில் மறுகருத்திருக்க முடியாது. ‘மானுடம் பாடிவரும் வானம்பாடிகள்’ எனும் முழக்கத்தோடு 1970–களில் கோவையிலிருந்து வெளிவந்த

வானம்பாடி கவிதைக் குழுவில் புதுமைப் பாடும் கவிஞராகத் தனித்து அறியப்பட்டவர் அப்துல் ரகுமான்.

1937 நவம்பர் 2 அன்று மதுரையிலுள்ள கிழக்குச் சந்தைப் பேட்டையில் பிறந்த அப்துல் ரகுமானுக்கு இளமை யிலேயே கவிதையெழுதும் ஆர்வம், அவரது தந்தையின் வழியே வாய்த்தது. தந்தையார், பாட்டனார் இருவருமே உருதுக் கவிஞர்கள். அவரது தந்தையார் சையது அகமத், 'மஹி' எனும் பெயரில் உருது கவிதைகளை எழுதுவதில் புகழ்பெற்று விளங்கியவர். பள்ளிப் பருவத்திலேயே கவிதைப் போட்டிகளில் பங்கேற்று பல பரிசுகளை வென்றார் அப்துல் ரகுமான். மேற்படிப்பில் விருப்பமில் லாமலிருந்தவர், மதுரை தியாகராசர் கல்லூரியில் தமிழைப் பாடமாகப் படிக்கலாம் என்கிற ஆர்வத்தினால் சேர்ந்தார்.

அப்துல் ரகுமானுக்கு உருது இலக்கியங்களை வாசிக்கும் வாய்ப்பு தந்தையின் வழியே கிடைத்தது என்றால், அவரது பேராசிரியர்களாக இருந்த தமிழறிஞர்களின் வழியே தமிழிலக்கியங்களை ஆழ்ந்து கற்றார். தனது முதுகலை படிப்பை முடித்துவிட்டு, 'புதுக்கவிதையில் குறியீடு' எனும் தலைப்பிலான முனைவர் பட்ட ஆய்வினைச் செய்தார்.

பின்னர் 1961-இல் வாணியம்பாடி இஸ்லாமியக் கல்லூரி யில் சிற்றுரையாளராகப் பணியில் சேர்ந்த அப்துல் ரகுமான், வகுப்புகளுக்கு உள்ளேயும் வெளியேயும் எண்ணற்ற மாணவர்களுக்கு கவிதைப் பயிற்றுவிக்கும் ஆசானாகத் திகழ்ந்தார். மாணவர்களிடம் துளிர்க்கும் கவிதை ஆர்வத்தில் நீர் வார்த்து வளர்த்தார். 'ஏதேன் தோட்டம்' எனும் அமைப்பை நிறுவி, அதில் கவிதை வகுப்புகளை எடுத்தார். புதியவர்களின் கவிதைகள் அரங்கேற மேடை யமைத்துத் தந்தார். அப்துல் ரகுமானைச் சுற்றி எப்போதும் இளைய கவிஞர்களின் பட்டாளமொன்று வலம்வந்தது.

மரபுக்கவிதையெனும் இலக்கணக் கட்டுகளை உடைத்து, புதுக்கவிதைப் புதுப்பிரவாகம் எடுக்கத் தொடங்கிய

காலத்தில், வழக்கமான கவிதை பாணியைத் தவிர்த்து, புது உத்தியில் தனது கவிதைகளைப் படைத்தார் அப்துல் ரகுமான். வார்த்தைச் செறிவும், கவித்துவமும் மிளிரும் அப்துல் ரகுமானின் கவிதைகளில் உவமைகளும், உருவகங்களும், படிமங்களும் அதிகமாக இடம்பெற்றன. வாசித்து முடித்ததும் வெறுமனே கடந்துபோகா வண்ணம் வாசகனைச் சற்றுநேரம் யோசிக்க வைக்கும் கவிதைகளாக அப்துல் ரகுமானின் கவிதைகள் விளங்கின.

மீமெய்ம்மையியல் எனப்படும் சர்ரியலிஸ கவிதைகளை (பால்வீதி – 1974)யும், கஸல் எனப்படும் காதல் கவிதைகளை (மின்மினிகளால் ஒரு கடிதம் – 2004)யும் முதன் முதலாகத் தமிழில் எழுதியவர் கவிக்கோ அப்துல் ரகுமான் என்பதைப் பலரும் அறிவர். அதேபோல், மகாகவி பாரதி எழுதிய 'ஜப்பானிய கவிதை' (சுதேசமித்திரன் – 16.10.1916) எனும் குறுங்கட்டுரை வழி தமிழில் அறிமுகமான ஹைக்கூ கவிதைகளை, நேரடியாக தமிழில் முதன்முதலாக எழுதியவரும் கவிக்கோ அப்துல் ரகுமான் என்பது பலரும் அறிந்திராத ஒன்று. ஜப்பானிய ஹைக்கூ கவிதைகளை அவ்வப்போது தமிழில் மொழிபெயர்த்து தந்ததோடு, வெகுசன இதழ்களில் எழுதிய கட்டுரைகளின் வழியே தமிழ் வாசகர்களிடத்தில் ஹைக்கூவைப் பரவலாகக் கொண்டு சேர்த்த பெருமையும் கவிக்கோவையே சாரும்.

1972–ஆம் ஆண்டு புதுடில்லியில் நடைபெற்ற இந்திய சுதந்திர தின வெள்ளி விழா கவியரங்கில் பங்கேற்க சென்ற கவிக்கோ, அங்குள்ள புத்தகக் கடையொன்றில் ஜப்பானிய ஹைக்கூ தொடர்பான ஆங்கில நூல்களை வாங்கி வாசிக்கிறார். மூன்று வரிகளில் செறிவும், காட்சியழகும் நிறைந்த ஹைக்கூ கவிதைகள் அவரை ஈர்க்கின்றன. கவிக்கோவும் ஹைக்கூ கவிதைகளை எழுதினார். ஆனால் அவற்றிற்கு ஹைக்கூ எனப் பெயரிடவில்லை. முன்னரே தமிழில் மூன்று வரிப் பாக்கள் 'சிந்து வெண்பா'வென இருப்பதால், 'சிந்தர்' எனத் தலைப்பிட்டு, 5 ஹைக்கூ

கவிதைகளை மட்டுமே எழுதினார். அவரது 'பால்வீதி' (1974) கவிதை நூலில் அவை இடம்பெற்றுள்ளன.

*

இரவெல்லாம்
உன் நினைவுகள்
கொசுக்கள்

*

பனித்துளி இல்லாப்
பூவின் இமைகளில்
வீழ்ந்ததென் கண்ணீர்

*

இளவேனில் இரவு
நட்சத்திர முள்ளில்
விரக நிலவு

*

மயான வாயிலில்
பழுதாகி நின்றது
ஈனில் ஊர்தி

*

முட்டை கொண்டு
திட்டை ஏறும் எறும்புகள்
அவள் எழுத்துக்கள் (பக்கம்: 27)

எண்பதுகளின் தொடக்கத்தில் ஜப்பானிய ஹைக்கூ கவிதைகளின் மொழிபெயர்ப்புகள் சிற்றிதழ்களில் வெளி வந்தன. அவற்றை வாசித்துவிட்டு, பள்ளி மாணவர்களான நாங்கள் நடத்திய 'விடியல்' இதழில், நானும் சில கவிதைகளை எழுதத் தொடங்கினேன். அவை ஹைக்கூ கவிதைகளாக இல்லாமல், வெறும் மூவரி கவிதைகளாக இருந்தன. ஹைக்கூ நூல்களைத் தேடிப்படிக்கும் ஆர்வத்தி லிருந்த என் பார்வையில் பட்டது 'இன்றிரவு பகலில்...'

(டிசம்பர் - 1985) எனும் அப்துல் ரகுமானின் கட்டுரை நூல்.

அந்த நூலின் முதல் கட்டுரையின் தலைப்பு 'மின்மினிகள்' என்பதாகும். அந்தக் கட்டுரையில் அப்துல் ரகுமான் ஹைக்கூ பற்றி கூறியிருந்த பல செய்திகள், எனக்கு ஹைக்கூ பற்றிய புதிய பார்வையைத் தந்தன.

'உலகக் கவிதை வடிவங்களிலேயே எனக்கு மிகவும் பிடித்தது 'ஹைகூ'தான். அது சின்னதாக இருக்கும் பெரிய அற்புதம். வடிவத்தைப் பார்த்தால் வாமனன் மாதிரி; ஆனால் தாரை வார்த்தாலோ விசுக்கென்று விண்ணுக்கும் மண்ணுக்குமாய் விசுவரூபமெடுத்து மூவுலகையும் அளந்துவிடும். திரிவிக்கிரமன் மாதிரி, 'ஹைகூ'வுக்கும் மூன்றடிதான்' (பக்கம்: 6) என்று எழுதியது என் மனதில் ஆழமாகப் பதிந்துபோனது. மேலும், சில ஜப்பானிய ஹைக்கூ கவிதைகளையும் அந்தக் கட்டுரையில் மொழி பெயர்த்து தந்திருந்தார்.

*

யாராவது எனக்கு நீர் கொடுங்களேன்
என் கிணற்றைப் பிடித்துக்கொண்டது...
பூத்த இளங்கொடி.   – சியோனி

*

இந்த அழகிய பூக்களிடையே
ஒரு மரங்கொத்தி தேடுகிறது...
செத்த மரத்தை.   – ஜோசோ

*

மெதுவாக என் தோளைப் பற்றிய
இறந்த நண்பனின் கை போல்...
இந்த இலையுதிர்கால வெயில்.   – குசடாஓ

ஹைக்கூ கவிதைகள் பற்றிய எனது புரிதலை ஆழப் படுத்தியதோடு, ஹைக்கூ தொடர்பான என் தேடலையும்

அதிகப்படுத்துவதாக இந்த மொழிபெயர்ப்பு கவிதைகள் அமைந்திருந்தன.

1984 நவம்பரில் வெளிவந்த கவிஞர் அறிவுமதியின் 'புல்லின் நுனியில் பனித்துளி' ஹைக்கூ நூலில், 'வாமனர்களுக்கு ஒரு வரவேற்பு' எனும் தலைப்பில் எழுதிய சிறிய முன்னுரையிலும்கூட ஹைக்கூ பற்றி உறுதியான சில முன்வரைவுகளைப் பதிவு செய்தார் கவிக்கோ. அதில், "ஹைகூவைத் தமிழுக்குக்கொண்டு வருகிற போது அதன் எல்லா மரபுகளையும் தூக்கிக்கொண்டு வரவேண்டிய தில்லை. ஜென் பார்வையில்தான் நாமும் இந்த உலகத்தைப் பார்த்தாக வேண்டும் என்று கட்டாயமில்லை. எந்தத் தத்துவப் பட்டையும் போட்டுக்கொள்ளாமல், எந்தக் கோட்பாட்டுக் கண்ணாடியையும் அணிந்து கொள்ளாமல் படைப்பாளன் சுதந்திரமாக, நேராக இந்த உலகத்தைப் பார்க்கலாம். அப்போதுதான் வாழ்க்கையின் அறியாத பக்கங்களின் புதிய தரிசனங்களைக் காண முடியும். அறிந்த பக்கங்களுக்கும் புதிய அர்த்தங்களைப் பெறமுடியும்" என்று கவிக்கோ போட்டுத்தந்த ஹைக்கூ தடத்தில்தான் இன்றைக்கு தமிழ் ஹைக்கூ பயணித்துக் கொண்டிருக்கிறது.

தான் எழுதுவதோடு நில்லாமல் பிறரையும் எழுதத் தூண்டும் பேருள்ளம் வாய்த்தவர் கவிக்கோ. தன்னிடமிருந்த ஹைக்கூ தொடர்பான ஆங்கில நூல்களை டாக்டர் தி.லீலாவதியிடம் கொடுத்து, தமிழாக்கம் செய்யுமாறு கூறினார். கவிக்கோவின் தூண்டுதலால் அந்த நூல்களை டாக்டர் தி.லீலாவதி மொழிபெயர்த்தார். ஜப்பானிய ஹைகூ (டிசம்பர் – 1987, அன்னம் வெளியீடு), இதுதான் ஹைகூ (செப்டம்பர் – 1990, பூங்கொடி பதிப்பகம்) என இரு நூல்களாக அவை வெளிவந்து, தமிழ் மண்ணில் ஹைக்கூ கவிதைக்கான நிலைத்த இடத்தைப் பிடித்தன.

1974-இல் வெளியான தமிழின் முதல் சர்ரியலிஸக் கவிதை நூலான கவிக்கோவின் 'பால்வீதி' கவிதை நூலை,

பத்தாண்டுகள் கழித்து, பள்ளி மாணவனாக இருந்த நான் வாசித்தேன். கவிதையின் தலைப்பு: தாகம்.

> 'வேலிக்கு வெளியே
> தலையை நீட்டிய என்
> கிளைகளை வெட்டிய
> தோட்டக்காரனே!
> வேலிக்கு அடியில்
> நழுவும் என் வேர்களை
> என்ன செய்வாய்?'

இந்தக் கவிதை எனக்குள் புதிய திறப்புகளைக் கிளறி விட்டன. ஒவ்வொரு வாசிப்பிலும் வேறு பல அர்த்தங்களைச் சுரந்தன. 1985-ஆம் ஆண்டின் டைரியின் முதல் பக்கத்தில் இந்தக் கவிதையை அப்படியே பதிந்துகொண்டேன். எனக்குள்ளேயே ஊறிக்கிடந்த இந்தக் கவிதையை சரியாய் 25 ஆண்டுகள் கழித்து, 2010-ஆம் ஆண்டில் சமச்சீர்ப் பாடத்திட்டத்தின் பாடக்குழுவில் இருந்தபோது, ஆறாம் வகுப்பு பாடநூலில் சேர்த்தேன். (பின்னாள் வந்த அரசு, அந்தக் கவிதையை நீக்கியது வேறொரு தனிக்கதை).

வேலிக்கு அடியில் நழுவும் வேரெனத் தன் கவிதை களைத் தமிழ் மண்ணில் ஆழப் பதியமிட்டிருக்கும் கவிக்கோவின் கவிதை வரிகள் காலங்கடந்தும் பூத்துக் குலுங்கிக்கொண்டேயிருக்கும். புது வாசத்தை வீசிக் கொண்டேயிருக்கும். 'கவிக்கோ எனக்கு ஆண் தாயாக வாய்த்ததை நினைத்து நினைத்து நெகிழ்கிறேன்' என கட்டுரையொன்றில் அண்ணன் கவிஞர் அறிவுமதி குறிப்பிட்டிருப்பார். அண்ணனுக்கு மட்டுமல்ல, எண்ணற்ற இளைய கவிஞர்களுக்கு ஆண் தாயாக விளங்கிய கவிக்கோ, இன்றைக்கு தமிழில் செழித்து வளர்ந்திருக்கும் ஹைக்கூ கவிதைகளையும் ஈன்றவர் என்பதை வரலாறு என்றென்றும் நினைவில் பதிந்திருக்கும்.

தமிழின் ஆளுமைமிக்க பெண் படைப்பாளி
கவிஞர் நிர்மலா சுரேஷ்

காவிரிக் கரையின் ஈரக்காற்று, தாயைக் கண்டதும் ஓடிவரும் மழலையின் உற்சாகத்தோடு வந்து நம்மேல் செல்லமாய் மோதும். பிறகு, நேச நண்பனாய் நம்மை ஆரத்தழுவி, கன்னத்தில் முத்தமொன்றை இட்டுச் செல்லும். காவிரிக்கரையோரத்து கவிஞர்கள் பிரசவிக்கும் கவிதைகள்கூட அப்படித்தான். காவிரி பாய்ந்த தஞ்சையில் 1950-ஆம் ஆண்டு ஜூன் 18 அன்று பிறந்தவர் கவிஞர் நிர்மலா சுரேஷ். இவரின் தந்தை திருச்சி புனித ஜோசப் கல்லூரியின் பொருளாதாரத் துறை பேராசிரியரான யு.இருதயராஜ் ஆவார். பேரறிஞர் அண்ணாவின் வலது கரமாக இருந்தவர் இருதயராஜ். திராவிட இயக்கச் சிந்தனைகளோடு இரண்டற கலந்தவர்.

சிறுவயதிலேயே தந்தை இறந்தாலும், படிப்பிலும் இலக்கியத்திலும் ஆர்வமுடையவராக இருந்த கவிஞர் நிர்மலா சுரேஷ், இளங்கலை பொருளாதாரமும்,

முதுகலை ஆங்கில இலக்கியமும் பயின்றார். இலக்கிய ஆய்வில் இளமுனைவர் பட்டம் பெற்ற இவர், தனது முனைவர் பட்ட ஆய்வை 'ஹைக்கூக் கவிதைகள்' எனும் தலைப்பில் செய்தது குறிப்பிடத்தக்கது.

கவியரங்கம், பட்டிமன்றங்களில் பங்கேற்று, தனது சிந்தனைகளைத் தெளிவுடனும் துணிவுடனும் பதிவு செய்து வந்த கவிஞர் நிர்மலா சுரேஷ், திராவிட இயக்கக் கவிஞராகவே அறிமுகமானார். 1980-ஆம் ஆண்டில் 'ஆனந்த விகடன்' பொன்விழா கவியரங்கில் முத்தமிழறிஞர் கலைஞர் தலைமையில் கவிதை வாசித்தார். பின்னர் கவிக்கோ அப்துல்ரகுமான், கவிப்பேரருவி ஈரோடு தமிழன்பன், கவிஞர்கள் வாலி, வைரமுத்து, மு.மேத்தா உள்ளிட்ட பலரோடும் கவியரங்குகளில் பங்கேற்றார். கம்பன் கழக மேடைகளிலும் தனது தனித்துவமான உரைகளால் பாராட்டப்பெற்றார். 1981-ஆம் ஆண்டில் 'மொழியும் அதன் வாழ்வும்' எனும் இவரது ஆய்வு நூல் வெளிவந்து, பரவலான கவனிப்பைப் பெற்றது. 1984-ஆம் ஆண்டில் 'மண்ணில் பதியும் பாதங்கள்' எனும் புதுக்கவிதை நூலையும் வெளியிட்டார். அதே ஆண்டில், சென்னை வானொலியில் செய்தி வாசிப்பாளராகப் பணியில் சேர்ந்தார். சில மாதத்திலேயே பணியிலிருந்து வெளியேற்றப்பட்டார்.

தென்றலும் தலைமை ஏற்கும் (1987), நிர்மலா சுரேஷ் கவிதைகள் (1990), பல்கலை ஆய்வுகள் (1994) ஆகிய நூல்களை எழுதியதோடு, இலக்கிய நிகழ்வுகளிலும் தொடர்ந்து பங்கேற்று, புகழ்பெற்று விளங்கினார். திராவிட முன்னேற்ற கழக இலக்கிய அணியின் மாநிலத் துணைத் தலைவராகவும் செயல்பட்டு வந்தார். பின்னர் சில காலம் தூர்தர்ஷனில் செய்தி வாசிப்பாளராகவும் பணியாற்றினார்.

கவிஞராக, எழுத்தாளராக வலம் வந்தாலும், அரசியலில் ஆர்வமின்றி இருந்தவர், 1991-ஆம் ஆண்டு தமிழக சட்டமன்ற தேர்தலில் தி.மு.க வேட்பாளராக மயிலாப்பூர்

தொகுதியில் களமிறங்கினார். அதுபற்றி கூறுகையில், “அரசியலுக்குள் வர வேண்டும் என்று அந்தரங்கத்தில் பல நினைவுகளோடு பவனி வந்தவள் அல்ல நான். நான் கலந்துகொண்ட கவியரங்க மேடைகள் சில, என்னை அரசியல்வாதியாக்கிவிட்டது. காங்கிரஸ்காரர்களுக்கு நான் நன்றி சொல்ல வேண்டும். எனது எண்ணத்தைச் செயலாக்கும் அளவிற்கு என்னை விமர்சித்தவர்கள், காங்கிரஸ் காரர்கள்” என்று நேர்காணல் ஒன்றில் குறிப்பிட்டுள்ளார். அப்போது நடைபெறவிருந்த தேர்தல் பிரச்சாரத்திற்காகத் தமிழகம் வந்த பிரதமர் ராஜீவ்காந்தி கொலை செய்யப் பட்டதால், அந்த சட்டமன்றத் தேர்தலில் திமுக படுதோல்வி அடைந்தது. நிர்மலா சுரேஷும் தோல்வியைத் தழுவினார்.

1994–ஆம் ஆண்டில் கனடா நாட்டின் நிரந்தர குடியுரிமைப் பெற்று, தனது கணவர் சுரேஷ் மற்றும் மகன் ரிஷி, மகள் சதுராவோடும் குடியேறினார். கனடாவில் இருந்த இலக்கியக் குழுக்களோடும், இதழ்களோடும் நல்ல நட்புறவு கொண்டு, அனைத்து இலக்கியக் கூட்டங் களுக்கும் சிறப்பு அழைப்பாளராகச் சென்று உரையாற்றி னார். இந்தியாவின் முன்னாள் பிரதமர் வி.பி.சிங் கனடா சென்றிருந்தபோது, அவரை நேரில் சந்தித்து உரையாடினார். அங்கு வாழும் தமிழர்களை வி.பி.சிங் கிற்கு அறிமுகம் செய்துவைத்தார்.

தமிழ், ஆங்கிலம் என இரு மொழிகளிலும் பேசவும் எழுதவும் திறன் பெற்றிருந்த கவிஞர் நிர்மலா சுரேஷ், கனடாவில் இருந்த காலத்தில் ஏராளமான ஆங்கில நூல்களை வாசித்தார். அதன் வழி ஜப்பானிய ஹைக்கூ கவிதைகள் மீது கவிஞருக்கு ஈர்ப்பு உண்டானது. தனது முனைவர் பட்ட ஆய்வினை ’ஹைக்கூக் கவிதைகள்’ எனும் தலைப்பில் 1989–இல் சென்னைப் பல்கலைக்கழகத்தில் பதிவு செய்தார். தஞ்சைத் தமிழ்ப் பல்கலைக்கழகத் துணைவேந்தர் டாக்டர் சி.பாலசுப்பிரமணியம் ஆய்வு வழிகாட்டியாக துணை நின்றார்.

1993-இல் பல்கலைக்கழகத்தில் சமர்ப்பிக்கப்பட்ட இந்த ஆய்வு, 1997ஆம் ஆண்டில் 'ஹைக்கூக் கவிதைகள்' (இதயம் பதிப்பகம்) எனும் பெருந்தொகுப்பாக வெளி வந்தது. ஹைக்கூ கவிதைகள் பற்றி அறிந்துகொள்ள விரும்பு வோருக்கான கையேடாக விளங்கியது. வெளி வந்தவுடனே விற்றுத்தீர்ந்த இந்த ஆய்வு நூல், பல பதிப்புகளைக் கண்டது.

இந்த ஆய்வு நூலின் வெளியீட்டு விழா சென்னை யிலுள்ள காமராசர் அரங்கில் நடைபெற்றது. தமிழக முதல்வராக இருந்த கலைஞர் மு.கருணாநிதி விழாவிற்கு தலைமையேற்று நூலினை வெளியிட்டார். தமிழக கூட்டுறவுத்துறை அமைச்சராக இருந்த தங்கபாண்டியன் திடீரென காலமான சமயமது. விழாவில் உரை யாற்றிய கலைஞர், தானுமொரு ஹைக்கூ கவிதை எழுதியிருப்பதாகக் கூறியதோடு, மேடையிலேயே அந்த ஹைக்கூ கவிதையையும் வாசித்தார்.

'அமைச்சர்கள் நிரம்பிய அவை
ஓரிடம் காலி
நான் மட்டும் அழுகிறேன்...'

– என்றதும், அரங்கமே அந்த ஹைக்கூவை உள்வாங்கி ஆர்ப்பரித்து முழங்கியது.

ஆய்வு நூலில் தமிழ்க் கவிஞர்கள் ஹைக்கூ குறித்து அறிந்துகொள்ள வேண்டிய பல்வேறு புதிய தகவல்களைத் தொகுத்து தந்தார். 'தி ஹைக்கூ ஹேண்ட் புக்' எனும் ஆய்வு நூலை எழுதிய அமெரிக்காவைச் சேர்ந்த புகழ்பெற்ற ஹைக்கூ ஆய்வாளர் வில்லியம் ஜே.ஹிக்கின்ஸ், நிர்மலா சுரேஷூக்கு எழுதிய வாழ்த்துக் கடிதமொன்றையும் (24 நவம்பர் – 1989) நூலின் பின்னிணைப்பாகச் சேர்த்தி ருந்தார்.

'பூக்கள் சிறியனவாயிருந்தால் என்ன? மலர்களின் அளவைப் பொறுத்தல்ல மணம்; இந்தச் சிறுகவிதைகளும்

'அப்படித்தான்' என்பதே கவிஞர் நிர்மலா சுரேஷின் ஹைக்கூ குறித்த மதிப்பீடு.

மேலும், 'இருண்மையை ஹைக்கூ ஏற்காது' என்பது கவிஞரின் அழுத்தமான கருத்தாகும். "இருண்மை என்பது நம்மை மிரட்டும் ஒரு வார்த்தை பிரயோகமே. புரிபடாத அல்லது குழப்பமேற்படுத்தும் வார்த்தைப் பிரயோகத்தை ஹைக்கூவில் மேற்கொள்ளுதல் கூடாது" என்பதையும் தொடர்ந்து வலியுறுத்தினார். "சொல்லவரும் கருத்தினைத் தெளிவாக, கவிதையின் கருவிற்கு அருகில் நின்று, தெளிவு பட சொல்ல வேண்டும் என்பதே ஹைக்கூவின் சித்தாந்தம்" என்பதில் மிக உறுதியாக நின்றவர் நிர்மலா சுரேஷ்.

கனடாவிற்கும் சென்னைக்குமான தொடர் பயணத்தில் இருந்தாலும் படைப்பிலக்கியப் பணிகளைச் சோர்வின்றி தொடர்ந்து செய்தார். 1999-ஆம் ஆண்டில் 'பாலைவனப் பௌர்ணமிகள்', 'எப்போதும் உதயம்' எனும் இரு கவிதை நூல்களோடு, 'அரபுக் கவிதைக்கு ஆரத்தி' எனும் மொழிபெயர்ப்பு கவிதை நூலொன்றையும் வெளியிட்டார்.

தனது பல்லாண்டுகாலப் பெருமுயற்சியில் 2001-இல் இயேசுவின் வாழ்க்கை வரலாற்றைப் புதுக்கவிதையாக எழுதிய 'இயேசு மாகாவியம்' எனும் நூலை வெளியிட்டார். இந்த நூலில், இயேசு சிலுவை சுமக்கும் காட்சியைப் பற்றி கவிஞர் வர்ணித்திருக்கும் வரிகள், ஹைக்கூ கவிதையை ஒத்திருந்தன.

'விழுப்புண் பட்ட வீரன்
தன் நடு கல்லைத் தானே
சுமக்கிறானோ?' (இயேசு மாகாவியம் - பக்: 601)

2004-இல் கவிஞர் வெளியிட்ட 'சிரிக்கும் வில்லோ மரம் சென்ரியூ' எனும் நூல், தமிழில் ஹைக்கூ எது, சென்ரியூ எது என்பது குறித்த புரிதலுக்குத் துணை நின்றது. இந்த நூலில், "ஹைக்கூ இயற்கைக் கவிதை; சென்ரியூ மக்கள் கவிதை" என்று சொல்லியிருப்பதோடு, "ஹைக்கூ முழு

உண்மையையும் சொல்லாது; சென்ரியூ உண்மையைப் போட்டு உடைக்கும்" (பக்கம்: 16) என்றுரைத்தார். காரை ஹாச்சிமோன் (1718–1790) என்ற இயற்பெயரையுடைய ஜப்பானியக் கவிஞரின் புனைபெயர் காரை சென்ரியூ ஆகும். இவரது பெயராலேயே சென்ரியூ என அழைக்கப் பட்டது. சென்ரியூ என்பதற்கு 'ஆற்றோரத்து வில்லோ மரம்' என்பது பொருளாகும் என பல தகவல்களை விவரித்திருந்தார்.

'உணவு விடுதியில் விருந்தினர்
மேசை விரிப்புக்குக் கீழே ஒளியும்
கைகள் – பணத்தை எண்ண.'

– கிளெண்ட் ஹாய்

'நூலகம் மூடும் நேரம்
தூங்கிய பெண் எழுந்தாள்
கையில் மூடியிருந்த நூலோடு.'

– சிடெல் ரோஸன்பர்க்

மேலுள்ள இரு சென்ரியூ கவிதைகளும் கவிஞர் நிர்மலா சுரேஷ் மொழிபெயர்த்தவையாகும்.

'அந்தரத்தில் காய்த்த மஞ்சள் பூசணி' எனும் ஹைக்கூ கவிதை நூலினை 2004–இல் வெளிக்கொண்டு வந்தார். டொரண்டாவிலிருந்து வெளிவரும் 'சுதந்திரன்' வார இதழில், இதழ்தோறும் பத்து கவிதைகள் வீதம் எழுதிய ஹைக்கூ கவிதைகளின் தொகுப்பு நூலிது.

'வலைக்குள் சிக்கியும்
துடிக்காமல் உற்சாகமாய் மீன்கள்
கோஷா விழிகள்!'

'தத்துகிறது மரக்கிளையில்
சிறகொடிந்த கிளி; பறக்கிறது
காற்றில், உதிர்ந்த சிறகு!'

'பேசிக் கொண்டிருக்கிறது மழலை
அலங்காரத் தொட்டியில் நீந்தும்
மீன்குஞ்சுகளோடு.'

கனடா சென்றாலும் தமிழகத்திற்கு அடிக்கடி வந்து சென்றுகொண்டிருந்தார் கவிஞர் நிர்மலா சுரேஷ். சென்னை திருவான்மியூரில் இருக்கும் கவிஞரது இல்லத்திற்கு நான் இருமுறை சென்றிருக்கிறேன். 2000-ஆம் ஆண்டு ஆகஸ்ட்டில் வெளியிட்ட 'இனிய ஹைக்கூ' கவிதை இதழின் வெளியீட்டு விழா அழைப்பினைக் கொடுக்கவும், கவிஞர் நா.முத்துக்குமார் எழுதிய 'குழந்தைகள் நிறைந்த வீடு' ஹைக்கூ நூலுக்கான முன்னுரை பெறவும் சென்றேன். அன்புடன் வரவேற்று உபசரித்த கவிஞர், ஹைக்கூ தொடர்பாக மிகுந்த ஈடுபாட்டுடன் பல்வேறு செய்திகளைப் பகிர்ந்துகொண்டார்.

2003-இல் 'தைலச் சிமிழும் தச்சன் மகனும்' கவிதை நூல், 2004-இல் 'இராக்கியக் கவிதைகள்' மொழிபெயர்ப்பு நூல், 'கடிகாரக் குயிலும் கடல் குதிரையும்' கவிதை நூல், 'திசைகளின் ஓசைகள்' எனும் அனுபவக் கட்டுரைகள், 'ஏழிலரசியர் இருவர்' எனும் வரலாற்று நூல், 'காதோடு காதாக...' எனும் மகளிர் ஆலோசனை நூல் என சளைக்காமல் எழுத்தின் வழியே தன்னை நிலைநிறுத்திக் கொண்டிருந்தவர் நிர்மலா சுரேஷ்.

1990-ஆம் ஆண்டில் இவரது கவிதைப் பணிகளைப் பாராட்டி கவுரவிக்கும் விதமாகத் தமிழக அரசு, 'பாவேந்தர் பாரதிதாசன் விருதி'னை இவருக்கு வழங்கியது. சில ஆண்டுகள் தமிழ்நாடு திரைப்படக் கழகத்தின் தணிக்கைக்குழு உறுப்பினராகவும் செயல்பட்டார். 2006-ஆம் ஆண்டில் தமிழக முதல்வராக இருந்த டாக்டர் ஜெ.ஜெயலலிதாவை மதுரையில் சந்தித்த கவிஞர் நிர்மலா சுரேஷ், அதிமுக-வில் தன்னை இணைத்துகொண்டார்.

கனடா நாட்டிலிருந்து வெளிவரும் 'உதயன்' இதழின் பிரதம ஆசிரியர் என்.ஆர்.லோகேந்திரலிங்கம், "கவிஞர் நிர்மலா சுரேஷ், கடந்த 2021 மே 27 அன்று தனது 71 ஆவது வயதில் காலமாகி விட்டார்" என்று இரங்கல்

பதிவொன்றினை வெளியிட்டிருந்தார். இச்செய்தி மிகுந்த மன வருத்தத்தை தந்தது.

தமிழ்ப் படைப்புலகில் தனித்துவமிக்க பெண் ஆளுமை யாளராக வலம்வந்த புகழ்பெற்ற கவிஞரின் மறைவு, கொரோனா பெருந்தொற்று காலத்தில் பலருக்கும் தெரியாமலேயே முடிந்துபோனது. ஆனாலுமென்ன... தன் படைப்புகளால் தமிழ் இலக்கியத்திலும், தமிழர் மனங்களிலும் கவிஞர் நிர்மலா சுரேஷின் புகழ் என்றும் நிலைத்திருக்கும்.

கவிதைகளே உங்கள் பெயர் சொல்லட்டும்...

இருபத்தியோரம் நூற்றாண்டில் இந்த உலகையே அச்சுறுத்திய ஒற்றைச் சொல்... கொரோனா. இந்த வைரஸ் தொற்றின் இரண்டாம் அலை பரவல் தமிழகத்தில் வேகமெடுக்கத் தொடங்கிய ஏப்ரல் மாதத்தின் இறுதி யிலிருந்தே மனம் இனம்புரியாத தவிப்பிற்கு ஆளானது. அகாலத்தில் அழைத்த நண்பர்களின் செல்பேசி அழைப்பு களும், முகநூலைத் திறந்ததும் யாருடைய படம் தெரிந் தாலும் லேசான அச்சம் உள்ளுக்குள் எழுந்தது. கொரோனா தொற்றின் பாதிப்பாலும், மாரடைப்பாலும் நிறைய நண்பர்களை இந்தச் சூழலில் நாம் அனைவருமே இழந்து நிற்கிறோம்.

'மரணத்திற்கு இதயமில்லை' என்பதைக் காலம் மீண்டு மொருமுறை அழுத்தமாகச் சொல்லிச் சென்றுள்ளது.

செல்பேசி அழைப்பை ஏற்காமலிருப்பதாலும், முகநூல் பக்கமே சில நாள்கள் செல்லாமல் இருப்பதாலும் மட்டும் மரணத்தைத் தவிர்க்க முடியுமா என்ன..? கொரோனாவின் கொடுங்கரங்கள் அள்ளிச்சென்ற உயிர்களில் சில கவிஞர்களும் அடங்குவர்.

நாம் பல உயிர்களை இழந்து பரிதவித்து நிற்கின்றோம். நம் மனசுக்கு நெருக்கமானவர்களின் மரணம் நமக்குத் துயரத்தைத் தருவதைவிட இன்னொரு பெருந்துயரம், கடைசிப் பயணத்தில்கூட இறந்தவரின் முகம் பார்க்க முடியாமல் போனதே என்பதுதான். உயிரிழப்பு, பொருளா தாரச் சீர்குலைவு என பல சரிவுகளை நாடும், தனிமனிதரும் சந்தித்தாலும் மீண்டும் நம் மனதில் துளிர்க்கும் அந்த ஒற்றை வரி... 'இதுவும் கடந்துபோகும்' என்பதே.

அந்த நம்பிக்கையை நெஞ்சிலேந்தி, இம்மண்ணை விட்டுப் பிரிந்த நம் தமிழ் கவிஞர்களுக்கு நம் கண்ணீரைக் காணிக்கையாக்குவோம். அவர்கள் இந்த மண்ணில் காண விரும்பிய கனவை நனவாக்கும் முயற்சி களில் நாமும் கலப்போம்.

சிற்றிதழ்களோடு கரங்கோர்த்தும், இலக்கிய அமைப்பு களில் இணைந்தும் செயலாற்றிக் கொண்டிருந்த நான்கு கவிஞர்கள், கடந்த மே மாதத்தில் இறந்துபோயினர். அவர் களை நம் நினைவில் நிறுத்தி, நம் அஞ்சலி மலர்களைத் தூவுவோம்.

'சிகரம்' ஆசிரியர் பழ.அன்புநேசன்:

2001 (நவம்–டிசம்) ஆம் ஆண்டில் ஈரோட்டிலிருந்து வேளாண்மைத் துறையில் பணி செய்துகொண்டிருந்த சந்திராமனோகரனும், சேமங்கி சண்முகமும் (பழ.அன்பு நேசன்) இணைந்து வெளியிட்ட இரு மாத இதழ் 'சிகரம்' இதழ். 20 ஆண்டுகளைக் கடந்தும் தொடர்ந்து வெளிவரும் அந்த இதழின் ஆசிரியராக பழ.அன்புநேசன், 2015 செப்டம்பரில் பொறுப்பேற்கிறார்.

பழகுவதற்கு இனிய மனிதர்; மிக எளிமையானவர். எந்த ஒரு படைப்பும் நன்றாக இருந்தால், எழுதியவர் அறிமுக எழுத்தாளராக இருந்தாலும் உடனே அழைத்துப் பாராட்டுவார். ‘சிகரம்’ இதழினை தொடர்ந்து வெளிக் கொண்டு வருவதோடு, ஆண்டுதோறும் சிறந்த தமிழ் நூல்களுக்குப் போட்டிகள் நடத்தி, ‘சிகரம் விருதுகளை’ கடந்த 19 ஆண்டுகளாக வழங்கி வந்தார். மேலும், சமூக சேவைகளைச் செய்வதிலும் ஈடுபாடுகொண்டு, நிறைய அறப்பணிகளை நண்பர்களோடு சேர்ந்து செய்தார்.

ஹைக்கூ கவிதைகள் எழுதுவதிலும் ஆர்வமுடையவர். 2018–ஆம் ஆண்டில் ‘தைப்புரட்சி 2017’ எனும் ஹைக்கூ நூலினை வெளியிட்டார். அந்த நூலில் எனக்கு மிகவும் பிடித்த ஒரு ஹைக்கூ;

‘மலக்குழியில் தொழிலாளி
உபயோகித்தவனோ
மூக்கைப் பிடித்தபடி.’

தனது இரண்டாவது ஹைக்கூ நூலுக்கான கவிதை களைத் தொகுத்துக்கொண்டிருந்த கவிஞர் பழ.அன்பு நேசனை, கரோனா பெருந்தொற்று அவரது 57–ஆவது வயதில் கடந்த மே 16–ஆம் தேதி ஈவிறக்கமின்றிப் பறித்துச் சென்றுவிட்டது.‘சிகரம்’ தொட்டவர் விண்ணேறிச் சென்று விட்டார்.

கவிஞர் மல்லிகைதாசன்:

கவிஞர் மல்லிகைதாசன் என்றதுமே என் நினைவுகள், இரண்டாயிரத்தின் தொடக்கத்திற்குச் சென்று திரும்பும். வாலாஜாப்பேட்டையிலிருந்து அரசுப்பள்ளியின் தலைமை யாசிரியர் ஒருவர் என்னைச் சந்திக்க வந்தவாசிக்கு வந்தார். வயது ஐம்பதுக்கும் மேலிருக்கும்.

“என்னோட பேரு பழனிச்சாமி. நீங்கள் எழுதுன ஹைக்கூ கவிதை நூலை நூலகத்திலே படிச்சேன். ஹைக்கூ எழுத ணுங்கிற ஆர்வத்திலே நானும் அப்பப்ப எழுதுறேன்...” என்று சொல்லும்போதே, அதில் பணிவும் சற்றே கூச்சமும்

கலந்திருந்தன. அப்போது தமிழில் வெளிவந்திருந்த சில ஹைக்கூ நூல்களை ஆர்வத்தோடு என்னிடமிருந்து வாங்கிப்போனார்.

சரியாய் 16 ஆண்டுகள் கழித்து, செல்பேசியில் என்னை அழைத்தார். “நான் பணி ஓய்வு பெற்றுவிட்டேன். என்னோட ஹைக்கூ கவிதைகளை தொகுத்து வச்சிருக் கேன். நீங்க தான் அதை ஒரு நூலாகக் கொண்டுவரணும்” என்று சொல்லிவிட்டு, அஞ்சலில் ஒரு நோட்டுப் புத்தகத்தை அனுப்பியிருந்தார். அதில் ஹைக்கூ, சென்ரியு கவிதைகள் என நிறையவே இருந்தன. அவற்றைத் தொகுத்து ‘கோபுர உச்சியில் அரச மரம்’ எனும் நூலாக 2017–இல் வெளியிட்டேன். அந்த நூலில் நான் ரசித்த ஹைக்கூ ஒன்று;

‘ஓய்வெடுக்க நினைக்கும் இலைகள்
மெல்ல அசைத்துப் பார்க்கும்
காற்று.’

இந்த ஹைக்கூ நூல் பலரின் பாராட்டைப் பெற்றதோடு, ‘பொதிகை மின்னல்’ வழங்கும் சிறந்த ஹைக்கூ நூலுக்கான பரிசினையும் வென்றது.

மிகுந்த உற்சாகத்தோடு கவிதைகளையும், நகைச்சுவைத் துணுக்குகளையும் எழுதத் தொடங்கினார். தாம்பரத்தி லிருக்கும் அவரது மகனின் வீட்டிற்கு வரும்போதெல்லாம், எனது அலுவலகத்திற்கும் வந்து, எழுதியவற்றையெல்லாம் கொடுத்துப் படிக்கச் சொல்வார். 2018–இல் ‘வானத்தின் முகவரி’ ஹைக்கூ நூலும், ‘இலவசமா சிரிங்க’ நகைச்சுவை துணுக்குகள் நூலையும் வெளியிட்டார்.

29.03.1954 அன்று கடலூர் மாவட்டம் பண்ருட்டி அருகேயுள்ள புதுப்பேட்டை கிராமத்தில் பிறந்த மல்லிகை தாசன், எம்.காம்., எம்.எட்., எம்.ஃபில்., படித்துவிட்டு, முதுகலை பட்டதாரி ஆசிரியராகப் பணியாற்றினார். 22 ஆண்டுகால கல்விப்பணியில் அரசு மேல்நிலைப்பள்ளி தலைமை ஆசிரியராக 9 ஆண்டுகள் பணிபுரிந்து,

2012-இல் ஓய்வுபெற்றார். நாட்டுநலப் பணித் திட்ட அலுவலராக 13 ஆண்டுகள் செயலாற்றி, 9 கிராமங்களில் 10 நாட்கள் சிறப்பு முகாம்களை நடத்திய பெருமைக்குரியவர்.

கல்லூரியில் படிக்கிறபோதே நூலகத்திற்குச் சென்று, நூல்களைப் படிப்பதில் ஆர்வம் கொண்டவர். ஆரம் பத்தில் சிறுகதைகள் எழுதி, அவை பத்திரிகைகளில் 1974-ஆம் ஆண்டிலேயே வெளியாயின.

'கண்ணஞ்சல்' எனும் ஹைக்கூ கவிதை நூலும், 'சிரிப்போம் ஜெயிப்போம்' எனும் நகைச்சுவைத் துணுக்கு நூலும் 2019-இல் வெளியானது.

நகைச்சுவை மன்றம் என்ற அமைப்பை வாலாஜா பேட்டையில் தொடங்கி, அதன் தலைவராக இருந்து, மாதந்தோறும் கூட்டம் நடத்தினார். மேலும், வாலாஜா அரசு கிளை நூலக வாசகர் வட்டத் தலைவராக 20 ஆண்டுகாலமாகச் செயல்பட்டு வந்தார்.

அவரது நான்காவது ஹைக்கூத் தொகுப்பாகப் 'பூச்சூடும் நீர்க்குமிழி' எனும் நூலை ஆர்வத்துடன் தொகுத்து வந்தவர், கடந்த 2021 மே 20-ஆம் தேதி மாரடைப்பால் காலமானார். 'ஓய்வென்பது அரசுப் பணிக்குத்தான், எனது பணிக்கில்லை' என்கிற எண்ணத்தில் உற்சாகத்தோடு எழுதியும் இயங்கியும் வந்த கவிஞர் மல்லிகைதாசனுக்கு மரணம் நிரந்தர ஓய்வைத் தந்துவிட்டது.

கவிஞர் கா.அமீர்ஜான்:

இந்தியா சுதந்திரமடைந்த ஆண்டில் பிறந்து, உள்ளிருந்து புறமும், புறமிருந்து உள்ளுமாய் வாழ்க்கையை விசாரணை செய்யும் கவிதைகளைக் கடந்த ஐம்பதாண்டுகளாக எழுதி வந்தவர் கவிஞர் கா.அமீர்ஜான்.

கவிதைத் தளத்தில் தீவிரமாக இயங்கிய இவரின் கவிதைகள், தமிழகத்திலிருந்து வெளிவரும் அனைத்துச் சிற்றிதழ்களிலும் இடம்பெற்றன. சென்னையில் படைத் துறை உடைத் தொழிற்சாலையில் பணியாற்றி ஓய்வு

பெற்றவர். தையல் தொழிலாளர்கள் சங்கம் நடத்திய 'உலக தையற்கலைஞன்' இதழ் தொடங்கி, சுந்தர சுகன், கவிதை உறவு, இனிய நந்தவனம், ஏழைதாசன், சங்கு என இவர் எழுதாத இதழ்களே இல்லை எனலாம். திரைப் படங்களிலும் சில பாடல்களை எழுதியுள்ளார்.

2016-ஆம் ஆண்டில்தான் இவரது முதல் கவிதை நூல் "வசப்படாத வார்த்தைகளுடன்...' வெளியானது. 'அன்பென்று எதனையும் சொல்...' என்று முதல் கவிதை முடிவடையும் இடத்திலிருந்தும், 'என் பிள்ளைகளின் நிமித்தம் எழுதப்படா நாட்குறிப்பாய் நானும்...' என்று கடைசிக் கவிதை முடிவடையும் இடத்திலிருந்தும் மட்டு மில்லாமல், தொகுப்பு முழுவதுமான கவிதைகளில் உள்ளும் வெளியுமாய் தன்னையே நிறுத்திப் பார்த்து எழுதியிருப்பார். படிமங்களாய் நீளும் கவிதைகளில் அழகியலும் அரசியலும் சேர்ந்தே பயணிக்கும் அழகை, அமீர்ஜானின் கவிதைகளில் கண்டு ரசிக்கலாம். செறிந்த வார்த்தைகளால் சுருக்கென முடிவடைந்து, மேலும் நாம் யோசிக்க இடமளிக்கும் கவிதைகளைப் படைத்தவர் கா.அமீர்ஜான். 2021-இல் 'குடையற்றவனின் மழை' எனும் இவரது கவிதை நூலினைப் படைப்புக்குழுமம் வெளியிட்டது.

தமிழ்நாடு முற்போக்கு எழுத்தாளர் கலைஞர்கள் சங்க திருநின்றவூர் கிளையின் தலைவராக இருந்து சிறப்பாகச் செயல்பட்டார். ஹைக்கூ கவிதைகள் குறித்த தெளிவும் புரிதலும் கொண்டவர்.

'நிலா இரசிக்குமோ
முறியும் கிளையில் பறவை
ஓவிய அலையில் படகு'

– எனும் இவரது ஹைக்கூ கவிதை, கவிக்கோ நினைவு ஹைக்கூ போட்டியில் பரிசினை வென்றது.

இளைய வயதினரிடம்கூட மிகுந்த அன்புடனும் மரியாதையுடனும் பேசும் பண்பாளர். கடந்த மே 24

அன்று தனது 70-ஆவது வயதில் மண்ணுலக வாழ்வி லிருந்து விடைபெற்றார்.

கவிஞர் செல்லம் ரகு:

ரகுராமன் எனும் இயற்பெயருடைய கவிஞர் செல்லம் ரகு, ஒரு ஹோமியோ மருத்துவர். கடந்த 25 ஆண்டுகளாகத் திருப்பூரில் இமினோ லேப் – ஹெல்த் கேர் மருத்துவ நிலையத்தை நடத்திவந்தார்.

சில ஆண்டுகளுக்கு முன்புதான் இவருடனான நட்பு எனக்கு ஏற்பட்டது என்றாலும், நீண்டகாலமாகப் பழகிய நண்பரைப்போல் மிகவும் நெருக்கமாகிப் போனார்.

செல்லம் ரகு எழுதிய 'நினைக்க முளைக்கும் சிறகுகள்', 'இனிதினும் இனிது காதல்' ஆகிய கவிதை நூல்களை எனக்கு அனுப்பியிருந்தார். படித்துவிட்டு நானும் எனது விமர்சனத்தைப் பகிர்ந்துகொண்டேன். தமிழில் புதிதாக ஹைக்கூ கவிதை நூல் எது வந்தாலும் அவருக்கும் அனுப்பி வைப்பேன். மிகுந்த ஆர்வத்தோடு படித்தவர், ஹைக்கூ கவிதைகளை எழுதத் தொடங்கினார். 'விடியலின் முகவரிகள்' ஹைக்கூ கவிதை நூலை 2018-ஆம் ஆண்டில் கொண்டுவந்தார். அந்த நூலுக்கான முன்னுரையை நான் எழுதினேன்.

> 'பள்ளத்தில் சரிந்த லாரி
> பாய்ந்தோடுகிறது ஆறாக
> பிறப்பிடத்தை நோக்கி தண்ணீர்.'

– என்ற கவிஞரின் ஹைக்கூ கவிதையொன்று, இன்றைக்கு தாகம் தணிக்கும் குடிநீர், வியாபாரப் பொருளாகிப்போன அவலத்தைச் சரியாகச் சு(கு)ட்டுகிறது.

'இகரமுதல்வி' (வடுகப்பட்டி) எனும் சிற்றிதழின் ஆசிரியர் குழுவில் இருந்தும், தேனியில் செயல்படும் தமிழ்நாடு முற்போக்கு கலை இலக்கிய மேடையின் தலைவராக இருந்தும் பல இலக்கிய நிகழ்வுகளைத் திறம்பட நடத்தினார்.

திருப்பூருக்கு 2019–ஆம் ஆண்டு சனவரில் நான் சென்றிருந்தபோது, என்னை அன்போடு உபசரித்து நட்பு பாராட்டினார். ஆண்டுதோறும் திருப்பூரில் நடை பெறும் புத்தகக் கண்காட்சியில், திருப்பூரைச் சேர்ந்த படைப்பாளிகளின் நூல்களுக்கெனத் தனியாக ஒரு அரங்கினை அமைத்து, அவரே உடனிருந்து அதைக் கவனித்துக்கொண்டார். கண்காட்சிக்கு வருவோரிடம் பிறர் எழுதிய நூல்களையும் ஆர்வமாக அறிமுகம் செய்து வைத்தார். தமிழகம் முழுவதுமுள்ள படைப்பாளர்கள் அனைவரோடும் இனிய நட்புறவை வளர்த்தார்.

ரென்கா, சென்ரியு, ஹைக்கூ கவிதைகளடங்கிய ‘இனி எல்லாம் சுகமே’ எனும் நூலினை 2020–இல் வெளி யிட்டார். கொரோனா பெருந்தொற்று காலத்திலும் 2020–இல் ‘மீண்டெழத் துணிவோம்’ எனும் கூட்டுத் தொகுப்பொன்றையும் வெளியிட்டார். ஹைக்கூ தொகுப்பு நூலொன்றை வெளியிடும் பணிகளில் ஈடுபட்டிருந்தார். மே 27–ஆம் தேதி மாலை கவிஞர் செல்லம் ரகு காலமானார் என்றறிந்தபோது, மனம் கலங்கிப்போனது.

‘மனிதர்களைக் கொன்றழிக்கும் கொரோனாவே... உனக்கு மரணம் எப்போது?’ என்று கோபத்தோடு கேட்பதைத் தவிர வேறென்ன செய்வது..?

இதழாளர்களின் இதயநேசன்
கழுகு எம்.இராமலிங்கம்

2021 ஆகஸ்ட் *29* அன்று கவிஞர் ஆரூர் தமிழ்நாடன் அய்யாவின் செல்பேசி அழைப்பு. ஒரு செய்தியைச் சொல்லி, "உங்களுக்கு உறுதியாகத் தெரியுமா?" என்றும் கேட்டார். மனம் பதைத்தபடி நானும் சில நண்பர்களிடம் விசாரிக்க, அவர்களும் தெரியவில்லையே என்றார்கள். அந்தச் செய்தி வெறும் வதந்தியாகவே போய்விட வேண்டுமென்றே மனதார நினைத்தேன். ஆனால், உண்மை யாகி விட்டது.

ஆமாம்; எங்கள் அன்புநிறை தோழர் கழுகு எம். இராமலிங்கம் அவர்கள் காலமானார் எனும் செய்தியை, அடுத்த நாள் காலையில் அறிந்து மனம் சிதைந்துபோனேன். எனக்கு அதிகமாக அறிமுகமில்லை என்றாலும், ஓரிரு முறை சென்னை புத்தகக் கண்காட்சியில் நிவேதிதா பதிப்பகம் அரங்கில் அமர்ந்திருக்கும் தோழர் எம்.இராமலிங்கம் அவர்களின் முகம் பார்த்து புன்னகைத்ததோடு சரி.

ஆனாலும், அவரைப் பற்றி எனது நண்பர்கள் பலரும் அடிக்கடி கூறுவார்கள்.

கவிஞர் ஆரூர் தமிழ்நாடன், மாமா மானா பாஸ்கரன், நண்பர் பல்லவி குமார் உடனான உரையாடல்களில் அடிக்கடி எம்.ஆரின் பெயர் உச்சரிக்கப்படும். அவரை அறியாத – அவர் அறிமுகம் செய்யாத இதழாளர்களே இல்லையென்று சொல்லும் வகையில், எவ்வித பாரபட்சமுமின்றி அனைத்து இளைய இதழாளர்களுக்கும் துணையாக நின்றிருக்கிறார். வழிகாட்டும் சாரதியாகவும் இருந்திருக்கிறார் என்பதை அறிந்து பெரிதும் மகிழ்ந்தேன்.

தொடக்கத்தில் 'தீப ஜோதி' எனும் இதழினைத் தொடங்கி, பின்னர் 'தராசு' இதழின் துணையாசிரியராக இருந்து, 'நக்கீரன்' இதழின் தொடக்கக்கால வரவிற்குத் துணை நின்றவர். இவை மட்டுமா எம்.ஆரின் இதழியல் பணிகள்..? இல்லையில்லை...

திரைச்சுவை, மின்மினி, நிறைகுடம், வான்நிலா, மதுரம் உள்ளிட்ட பல இதழ்களின் மூலமாக எண்ணற்ற எழுத்தாளர்களை, செய்தியாளர்களை ஊக்கப்படுத்தியுள்ளார்.

"ஒரு செய்தியை எப்படி நேர்த்தியாக, அதன் சாரம் குறையாமல் எடிட் செய்ய வேண்மென்பதையும், ஒரு செய்தியின் தலைப்பு எவ்விதம் இருப்பது சிறப்பாக அமையும் என்பதையும் எம்.ஆர் செய்கையில் அருகிருந்து கற்றுக்கொண்ட பலர், இன்றைக்கு பத்திரிகைத் துறையில் உயர்ந்த இடங்களில் இருக்கிறார்கள்" என்றும் நண்பர்கள் சொல்வார்கள்.

கடந்த 24.11.2019 அன்று பத்திரிகையாளர் எம். இராமலிங்கம் தேவகி இணையரின் மணி விழா, மிகச் சிறப்பாகக் கொண்டாடப்பட்டது.

மணி விழாவையொட்டி, 'உண்மைகள் உலராத காகிதங்கள்' எனும் நூலொன்றும் வெளியானது. அதில், இந்த இலக்கியத் தம்பதியை வாழ்த்தி கட்டுரையொன்று எழுதும் வாய்ப்பும் எனக்கு கிடைத்தது. அந்த நூலை

வாசித்த பிறகு, எம்.ஆர் அவர்களைப் பற்றி இன்னும் நிறைய தெரிந்துகொண்டேன். அவரின் மீதான என் மதிப்பு பன்மடங்கு கூடிப்போனது.

'இனிய நந்தவனம்' இதழில் நான் எழுதிவரும் தொடரில் பத்திரிகையாளர் எம்.ஆர் மற்றும் அவரது காதல் இணையர் கவிஞர் தேவகி பற்றியும் எழுதும் பேராவலில், கடந்த 2021 ஏப்ரல் 8 அன்று சாலிகிராமத்திலுள்ள அவர்களது இல்லத்திற்குச் சென்றேன்.

ஏதோ பல்லாண்டுகள் பழகியதுபோல் நெருக்கமும் அன்பும் கலந்த உரையாடல் அன்றைக்கு வாய்த்தது. இதழியல் புதையலைப்போல பல நூறு செய்திகளைப் பகிர்ந்துகொண்டே இருந்தார்.

"முப்பதாண்டுகளுக்கு முன் எனது மாமா வெங்கடாசலம் 'ராஜரிஷி' என்றொரு வார இதழினை நடத்தினாரே... தெரியுமா..?" என்று கேட்டதும், மிகுந்த உற்சாகத்தோடு அந்த இதழுக்குச் செய்த பங்களிப்புகள் பற்றியும் பட்டியலிடத் தொடங்கினார். நான் வியந்து போனேன். எம்.ஆரின் கால்த்தடம் பதியாத இதழ்களோ, கையெழுத்து பதியாத இதழின் பக்கங்களோ இல்லை என்றே சொல்லலாம். அப்படியானதொரு பரந்த மனமும், எல்லோரையும் அரவணைத்துச் செல்லும் பேரன்பும் வாய்க்கப்பெற்றவராக பத்திரிகைத் துறையில் எம்.ஆர் இருந்திருக்கிறார்.

33 ஆண்டுகளுக்கு முன் கவிஞர் தேவகியைக் காதலித்த அந்த நாட்களில், தேவகிக்கு எம்.ஆர் எழுதிய கடிதங்கள், 'குமுதம்' வார இதழில் 'அதிகாலை வணக்கங்கள் தேவகி' எனும் தலைப்பில் வெளியானதைப் பற்றி எம்.ஆர் என்னிடம் சொல்ல, உடனே தேவகி அந்த 'குமுதம்' இதழினை எடுத்துவந்து என்னிடம் காட்டினார். அதிலுள்ள சில வரிகளை நான் வாய்விட்டுப் படிக்க, எம். ஆரின் முகத்தில் இனம்புரியாத ஒரு வெட்கச் சிரிப்பு வெளிப்பட்டது.

எங்களது ஒரு மணி நேர உரையாடலுக்குப் பின், தோழர் எம்.ஆரையும், இணையர் தேவகி அவர்களையும் சில படங்கள் எடுத்தேன். எனது கட்டுரையை அனுப்பி விட்டு, காத்திருந்தேன். இதழ் வெளிவந்ததும் அதை எடுத்துச்சென்று எம்.ஆர் அவர்களிடம் காட்டலாமென்று வெகுஆவலோடு இருந்தேன்.

பின்னர், ஜூன் மாத இறுதியில் நானும் நண்பர் பல்லவி குமாரும் தோழரது இல்லம் சென்று, உரையாடி விட்டு வந்தோம். அப்போதும்கூட அவரது மடை திறந்த வெள்ளமென தகவல் பகிர்வும், அன்பும் எனக்கு கிட்டியது.

கரோனா நெருக்கடியில் சற்றே தாமதமாக, ஆகஸ்ட் இதழில்தான் அந்தக் கட்டுரை வெளியானது. இதழ் என் கைக்கு கிடைக்குமுன்னே எம்.ஆரின் மறைவுச் செய்தி முந்திக்கொண்டது. மனிதர்களை இந்த மண்ணிலிருந்து காலம் பறித்துச் செல்லலாம். ஆனால், அவர்கள் ஆற்றி யிருக்கும் செயல்களிலும், அவர்களால் வளர்ச்சி பெற்றிருப் பவர்களின் மனங்களிலும் என்றென்றும் வாழ்ந்து கொண்டி ருப்பார்கள். பத்திரிகையாளர் எம்.ஆரும் அப்படியான தொரு ஆளுமையாய் என்றென்றும் வாழ்வார்.

'நிவேதிதா பதிப்பகம்' வெளியிட்டுள்ள 150-க்கும் மேற்பட்ட நூல்களின் ஒவ்வொரு பக்கத்திலும், ஒவ்வொரு நூலின் அட்டையிலும் எம்.ஆரின் ரசனையும், தேர்ந்தெடுக் கப்பட்ட அறிமுக வரிகளும் அவர் யாரென அடையாளம் காட்டும். தோழர் எம்.ஆரின் இணையர் கவிஞர் தேவகி அவர்களாலும், அவர்களது இரு மகன்கள், மகள் மற்றும் உறவுகளால் மட்டுமல்ல, எம்.ஆரால் வளர்க்கப்பட்ட பல்லாயிரம் இதழாளர்களின் இதயங்களிலும் என்றும் நிறைந்திருக்கும் அவரது நினைவுகள்.

அவையம் போற்றும் எங்கள்

ஔவை நடராசன்

சரியாய் 33 ஆண்டுகளுக்கு முன்னர், எனது தமிழாசிரியர்கள் அய்யா வேங்கடசுப்பிரமணியன், புலவர் அன்பு.கணபதி, புலவர் முத்தையா ஆகியோருடனான உரையாடலின்போது எனது செவிக்கு அறிமுகமான பெயர் ஔவை நடராசன்.

அதுவரை 'ஔ' எனும் எழுத்தை, ஔவையார், ஔடதம் எனும் இரு சொற்களின் வழியாக மட்டுமே அறிந்திருந்தேன். எனது தமிழாசிரியர்கள் ஔவை நடராசன் என்றதும் அப்பெயருக்கு உரியவர் ஆணா, பெண்ணா என்கிற குழப்பமே முதலில் எனக்கு உண்டானது.

தமிழாசிரியர்களோடு பேசிக்கொண்டிருக்கும் பொழுதுகளில், ஔவை நடராசன், சிறந்த தமிழறிஞர், நல்ல தமிழ் உரையாளர், பழகுவதற்கினிய பண்பாளர் என பலவாறாக அய்யா ஔவை நடராசன் அவர்களைப் பற்றி அறிந்துகொள்ளத் தொடங்கினேன்.

தமிழின் மிகச் சிறந்த உரைவேந்தர் என்று பாராட்டப் பெற்ற ஔவை சு.துரைசாமி – லோகாம்பாள் தம்பதியின் இரண்டாவது திருமகனாகப் பிறந்தவர் ஔவை நடராசன். விழுப்புரம் மாவட்டம் திண்டிவனம் அருகேயுள்ள ஔவை குப்பம் எனும் கிராமத்தில் பிறந்ததினால் ஔவை என்கிற ஊர்ப்பெயரும் துரைசாமி அவர்களின் பெயருடன் சேர்ந்தே ஒற்றிக்கொண்டது.

1936-ஆம் ஆண்டு ஏப்ரல் 24-ஆம் நாள் பிறந்தார் ஔவை நடராசன். ஒன்றுபட்ட வடாற்காடு மாவட்டத்திலுள்ள செய்யாறு (தற்போது திருவண்ணாமலை மாவட்டம்) எனும் ஊரில் பிறந்த ஔவை நடராசன், மதுரை தியாகராசர் கல்லூரியில் தமிழ்ப் படித்து, முதுகலைப் பட்டம் பெற்றார். பின்னர், சென்னை பச்சையப்பன் கல்லூரியில் இளமுனைவர், முனைவர் பட்டங்களைப் பெற்றார்.

தான் படித்த மதுரை தியாகராசர் கல்லூரியிலும் தஞ்சையிலுள்ள மன்னர் சரபோஜி கல்லூரியிலும் சில காலம் தமிழ் விரிவுரையாளராகப் பணியாற்றினார். இந்திய தலைநகர் புதுடெல்லியிலுள்ள அகில இந்திய வானொலி நிலையத்திலும் சில காலம் செய்தி அறிவிப்பாளராகப் பணி செய்தார்.

ஔவை நடராசன் அவர்களது தமிழ்ப் புலமையால் பெரிதும் ஈர்க்கப்பட்ட அன்றைய தமிழக முதல்வராக இருந்த எம்.ஜி.இராமச்சந்திரன், தமிழ்நாடு அரசின் செய்தி மக்கள் தொடர்புத்துறையில் துணை இயக்குநராக நியமித்தார். அப்பொறுப்பில் 1975 முதல் 1984 வரை மிகச் சிறப்பான முறையில் தனது பணியை நிறைவேற்றினார்.

அதுவரை தமிழ்நாடு அரசின் தமிழ் வளர்ச்சி மற்றும் பண்பாட்டுத்துறை செயலராக, இந்திய ஆட்சிப்பணி அதிகாரிகளே நியமிக்கப்பட்டு வந்தனர். அந்த நடை முறையை முதன்முதலாக மாற்றி, அதன் செயலராக ஔவை நடராசன் (1984–1992) நியமிக்கப்பட்டார். 1992-

ஆம் ஆண்டு டிசம்பர் 16-ஆம் நாள் தஞ்சை தமிழ்ப் பல்கலைக்கழக துணைவேந்தராகப் பணியேற்றார். அய்யா ஔவை நடராசன் அவர்களைச் சந்திக்கும் பேறு அச்சமயத்தில் தான் எனக்கு வாய்த்தது.

தஞ்சை இராமநாதன் செட்டியார் மன்றத்தில் நடைபெற்ற தமிழ் இலக்கிய விழா ஒன்றின் கவியரங்கினில் பங்கேற்க, புதுக்கோட்டையிலிருந்து நான் சென்றிருந்தேன். அன்றைய விழாவின் சிறப்பு விருந்தினர் அய்யா ஔவை நடராசன் அவர்கள்தான்.

நிகழ்வு தொடங்கும் முன்னரே விழா அரங்கிற்கு வந்த அய்யா அவர்கள், மேடையின் முன்வரிசையில் வந்து அமர்ந்துகொண்டார். விழா ஒருங்கிணைப்பாளர்கள் பலமுறை மேடைக்கு அழைத்தும், "கவியரங்கம் முடியட்டும்; நான் பேசும்போது வருகிறேன்..." என்றார். ஒரு மணிநேரம் நடைபெற்ற கவியரங்கம் முழுவதையும் அமைதியாக ரசித்து கேட்டவர், மேடையை விட்டு கீழிறங்கியதும், என்னை அருகே அழைத்துப் பாராட்டினார். என்னைப் பற்றி விசாரித்தார். அடுத்ததாக, அய்யா அவர்கள் பேச மேடையேறினார். பாதி நிரம்பியிருந்த அரங்கம், அய்யா பேசப் போகிறார் என்கிற அறிவிப்புக்குப் பின் முழுதாக நிறைந்தது.

'கேட்டார்ப் பிணிக்கும் தகையவாய்க் கேளாரும் வேட்ப மொழிவதாம் சொல்.' (குறள் எண்: 643)

– எனும் வள்ளுவப் பெருந்தகையின் வாக்கிற்கேற்ப, மிகச் சிறந்த சொல்வன்மை மிக்க உரையினை அன்றைக்கு அவையில் வழங்கினார் ஔவை நடராசன்.

2000-த்தில் பணியின் காரணமாக சென்னைக்கு வந்ததும், பல நிகழ்வுகளில் அய்யா ஔவை நடராசனின் தமிழுரைக் கேட்கும் நல்ல பல வாய்ப்புகள் எனக்கு வாய்த்தன.

குறிப்பிட்டுச் சொல்ல வேண்டுமானால், அய்யா தலைவராகப் பொறுப்பேற்றிருக்கும் ஒய்.எம்.சி.ஏ. பட்டி

மன்றத்தில் பலமுறை அவரது இனிய தமிழ் உரை கேட்டு மகிழ்ந்திருக்கின்றேன்.

எவ்வித குறிப்புகளுமின்றி ஆற்றொழுக்கான தமிழ் நடையில் ஔவை நடராசன் அவர்கள் பேசுவதைக் கேட்கவே, பேரருவி ஒன்று இசை ஒழுங்கோடு நம் செவிகளில் இசை முழக்கம் செய்வதைப் போலிருக்கும். கம்பன் விழா, நூல் வெளியீட்டு விழா, பாராட்டு விழா, தமிழ்த் திருவிழா... என எந்த விழாவானாலும் அய்யா பேசுகிறார் என்றால் சென்றுவிடுவதுண்டு. (இப்போது பத்திரிகையாளராகப் பணிக்கு வந்த பிறகு கூட்டங்களுக்குச் செல்ல நேரமின்றிப் போனது பெரும் வருத்தம்!)

தமிழ், ஆங்கிலம் இரண்டிலும் சிறப்புற உரையாற்றும் அய்யாவின் உரைகள், பல நூல்களாக வெளிவந்துள்ளன.

மதுரையில் நடைபெற்ற ஐந்தாம் உலகத் தமிழ் மாநாட்டின் பொதுச்செயலாளராக இருந்து திறம்பட நடத்தியுள்ளார். 2014–ஆம் ஆண்டில் செம்மொழித் தமிழாய்வு மத்திய நிறுவனத்தின் துணைத் தலைவராக இருந்தவரை, மத்தியில் ஆட்சிப் பொறுப்பேற்ற பாஜக அரசு, பதவி நீக்கம் செய்தது. பதவி நீக்கத்திற்கு எதிராக வழக்குத் தொடுத்து, தடை ஆணை பெற்றார். இருந்த போதிலும் தொடர்ந்து பணியிலிருக்க மனம் ஒப்பாமல், தனது பதவியிலிருந்து விலகினார்.

தனது 83–ஆவது அகவையிலும் சற்றும் தளராத தமிழ்ப் பற்றோடும் உறுதி குலையாத மனதோடும் சோர்வுகளைக் கடந்தும் எங்குங்குமாக ஒலித்துக் கொண்டிருக்கிறது அய்யா ஔவை நடராசன் அவர்களின் தமிழாய்ந்த குரல்.

2015, செப்டம்பர் 30–ஆம் தேதியன்று உலகத் தமிழாராய்ச்சி நிறுவனத்தில் தமிழக அரசின் சார்பில் சிறந்த மொழிபெயர்ப்பாளர்களுக்கு விருது வழங்கும் விழா நடைபெற்றது. விழாவுக்குச் சற்றே தாமதமாகச்

சென்றேன். மாடியிலிருந்த விழா அரங்கில் அய்யா ஔவை நடராசன் அவர்களின் கணீர் தமிழ்க் குரல். நடையை ஓட்டமாக்கி, மேலே சென்று பார்த்தேன்.

ஒலிபெருக்கி முன்னே அய்யா இல்லை. வேறொருவர் நின்றிருந்தார். அய்யாவின் சாயலில் இருந்தார். அய்யாவின் அழகுத் தமிழ்க் குரலில் பேசினார். “யாரிவர்..?” என்று விசாரித்தேன்.

“இவர் மொழிபெயர்ப்புத்துறை இயக்குநர். ஔவை ந.அருள். அய்யா ஔவை நடராசனின் இரண்டாவது மகன்” என்றனர்.

ஔவை சு.துரைசாமி அவர்களின் இரண்டாம் மகன் அய்யா ஔவை நடராசன். அவரது இரண்டாம் மகன் ஔவை ந.அருள். வாழையடி வாழையாக எம் செம்மொழியாம் தாய்மொழி என்றென்றைக்கும் செழித் திருக்கும்.

சோர்விலா தமிழ்த் தென்றலாய் இலக்கிய மேடைகளில் வீசிவந்த ஔவையின் தமிழ், 2022 நவம்பர் 21 அன்று காற்றோடு கலந்தது.

எங்கள் அய்யா ஔவை நடராசன் அவர்கள் மறைந் தாலும், அவரது ஆற்றொழுக்கான அழகுத் தமிழ் உரைகளும் அய்யாவின் புகழும் இன்தமிழாய் என்றும் இப்புவியில் நிலைத்திருக்கும்.

இலக்கிய வீதியில் இனிய(வன்) உலா

'எழுதுவதிலுள்ள கௌரவம் நிலத்தை உழுவதிலுமிருக்கிறது என்பதை உணர்ந்துகொள்ளாத எந்த சமூகமும் முன்னேற முடியாது' என்றார் அமெரிக்காவைச் சேர்ந்த கல்வியாளரும் எழுத்தாளருமான புக்கர் டி வாஷிங்டன். சரியாகத்தான் சொல்லியிருக்கிறார்; எழுத்தைப் போலவே மனித உழைப்பு உண்மையும் சத்தியமுமானது மட்டுமல்ல; மனித குல உயர்வை முன்னெடுத்துச் செல்வதுமாகும். மேற்கூறியவற்றோடு இலக்கியம் வளர்ப்பதற்கான பணிகளைச் செய்வதையும் சேர்த்துக்கொள்வதே சரியானது என்பேன். ஏனெனில், புதிதாய் எழுத வரும் இளைய தலைமுறை படைப்பாளர்களுக்கு வழிகாட்டுவதும், அவர்களது நூலாக்கப் பணிகளுக்கு துணை நிற்பதுவும் முக்கியமான பணியன்றோ!

இத்தகைய பணிகளைச் சற்றும் மனம்சோர்வடையாமல் கடந்த 46 ஆண்டுகளாகத் தொய்வின்றி தொடர்ந்து ஆற்றி வந்தவரின் பெயரை மட்டும் சொன்னால், 'யாரிவர்?' என்றே சட்டென யோசிக்கத் தோன்றும். இவர்

முன்னின்று நடத்திய அமைப்பின் பெயரோடு சேர்த்து சொன்னால் தமிழ்க்கூறு நல்லுலகம், 'இவரா... இவரை நல்லாத் தெரியுமே..!' என்று புன்னகைப் பூக்கும். அத்தகைய பெருமைக்குரியவர் தான் 'இலக்கிய வீதி' இனியவன் அவர்கள்.

செங்கல்பட்டு மாவட்டத்தில் பறவைகளின் தாய் வீடாக விளங்கும் வேடந்தாங்கல் அருகேயுள்ள விநாயகநல்லூரில் கவிஞர்களின் வேடந்தாங்கலாக விளங்கிய இனியவன் பிறந்தார். 1942-ஆம் ஆண்டு ஏப்ரல் 20 அன்று பிறந்த இவரது இயற்பெயர் லட்சுமிபதி என்பதாகும். பெற்றோர் வீராசாமி – பங்கஜம்மாள்.

இனியவனுக்குப் பள்ளியில் படிக்கிற காலத்திலேயே கதைகளை எழுதுவதில் ஆர்வமுண்டானது. ஒன்பதாம் வகுப்பு படிக்கையில் சிறுவர் இதழொன்று நடத்திய சிறுகதைப் போட்டியில் பங்கேற்று முதல் பரிசினை வென்றார். அக்காலத்தில் புகழ்பெற்றிருந்த 'கண்ணன்' சிறுவர் இதழில் 'பொன்மனம்' எனும் கதையை எழுதி, தொடர்கதை போட்டியில் பரிசு பெற்றார். 'ஆனந்த விகடன்' இதழுக்கு எழுதிய முதல் கதையே முத்திரை கதையாக வெளியானது. தொடர்ந்து பல இதழ்களில் கதைகள் வெளியாகின. நாவல்களையும் எழுதினார். இலக்கிய நூல்களைத் தேடியெடுத்து படித்தார்.

எழுத்தாளர் நாரண.துரைக்கண்ணன் செங்கல்பட்டு மாவட்ட எழுத்தாளர் மாநாட்டினை, மதுராந்தகத்தில் நடத்தினார். அந்த மாநாட்டில் எழுத்தாளர்கள் பற்றிய புகைப்படக்கண்காட்சி ஒன்றினை இனியவன் அமைத்தார். கண்காட்சியைத் திறந்து வைத்த பேரறிஞர் அண்ணா, "செங்கல்பட்டு மாவட்டத்தில் இத்தனை எழுத்தாளர்களா?" என்று வியந்துபோனதோடு, கண்காட்சியை அமைத்த இனியவனை அழைத்து, தோளில் தட்டிப் பாராட்டினார்.

இச்செயலினால் அதுவரை எழுத்தாளராக மட்டுமே இருந்த இனியவனுக்குள், ஓர் இலக்கிய அமைப்பினைத் தொடங்கி, அதன் மூலமாக எழுத்தாளர்களை ஒருங்

கிணைத்து இளையவர்களுக்கான தளத்தினை அமைத்துக் கொடுக்க வேண்டுமென்ற எண்ணம் எழுந்தது.

நண்பர்கள் சிலர் இலக்கிய இதழொன்றினைத் தொடங்கு மாறு இனியவனிடம் கேட்டுக்கொண்டனர். நடைமுறை சாத்தியமில்லாத நிலையில், அதற்குப் பதிலாக, இலக்கிய விவாதங்கள், திறனாய்வுகள், கவியரங்குகளை நடத்தும் வகையில் 1977-ஆம் ஆண்டு ஜூலை 10-ஆம் தேதியன்று மதுராந்தகத்தில் 'இலக்கிய வீதி' எனும் அமைப்பினைத் தொடங்கினார் இனியவன்.

'வீடுதோறும் கலையின் விளக்கம்; வீதிதோறும் தமிழின் வெளிச்சம்' எனும் நோக்கத்துடன் தொடங்கப்பட்ட இலக்கிய வீதி அமைப்பில் மாதாமாதம் சிறுகதை, கவிதை, கட்டுரை நூல்களின் திறனாய்வும், நூல் அறிமுகங்களும் செய்யப்பட்டன. 'கவிக்குரல்' எனும் தலைப்பில் ஒவ்வொரு மாதமும் ஒரு இளங்கவிஞர் அறிமுகம் செய்து வைக்கப் பட்டார்.

இலக்கிய வீதியின் தொடக்கக்கால நிதியாதாரங் களுக்காக யாரிடமும் உதவி கோராமல் நண்பர்களே பகிர்ந்து கொண்டனர். காலப்போக்கில் தனது விவசாய நிலத்திலிருந்து கிடைத்த வருமானத்தில் ஒரு பகுதியை இலக்கிய வயலில் விதைத்தார். அதன் காரணமாக தமிழகமெங்கும் பல்லாயிரம் இலக்கிய இதயங்களை நட்பாகப் பெற்றார் இனியவன்.

இலக்கிய வீதி ஒருங்கிணைத்து நடத்திய இலக்கிய விழாக்கள் தமிழகம் தாண்டியும் புதுடெல்லி, அந்தமான் ஆகிய பகுதிகளிலும், சிங்கப்பூர், மலேசியா போன்ற நாடு களிலும் நடைபெற்றன. இலக்கியக் கூட்டங்களைச் சென்னை போன்ற பெருநகரங்களில் நடத்தினால் எழுத் தாளர்கள் வருவார்கள். போக்குவரத்து வசதி அதிகமில் லாத அந்தக் காலத்தில் சென்னையிலிருந்து 85 கி.மீ தூரமுள்ள மதுராந்தகத்திற்குத் தமிழின் புகழ்பெற்ற எழுத்தாளர்களான நா.பார்த்தசாரதி, ஜெயகாந்தன்,

அகிலன், வலம்புரிஜான், பாலகுமாரன், சு.சமுத்திரம், ராஜம்கிருஷ்ணன் உள்ளிட்ட பலரையும் அழைத்துவந்து கூட்டங்களை நடத்தியது இலக்கிய வீதிக்கு மட்டுமேயுரிய தனிச் சிறப்பாகும்.

இலக்கிய வீதியின் தலைமைக் கவிஞராக விளங்கிய கவிஞர் தாராபாரதியைத் தொடர்ந்து மலர்மகன், பல்லவன், தளவை இளங்குமரன், இரண்டாம் நக்கீரன், வேடந்தாங்கல் குமணன், அனலேந்தி, கவிமுகில் என பல நூறு கவிஞர்களைக் கவிதை வெளிக்கு கைப்பிடித்து அழைத்து வந்தார். இதுவரை முந்நூறுக்கும் மேற்பட்ட எழுத்தாளர்கள், கவிஞர்கள், ஓவியர்கள், திறனாய் வாளர்களை அறிமுகம் செய்துள்ளது இலக்கிய வீதி.

இலக்கிய வீதியின் பணிகளை ஒருங்கிணைத்துக் கொண்டே 250–க்கும் மேற்பட்ட சிறுகதைகள், 17 குறு நாவல்கள், 15 நாவல்கள், 2 பயண இலக்கிய நூல்களையும் எழுதிய இனியவன், “புதிதாக எழுத வரும் எழுத்தாளர்களை ஊக்குவிக்கும் பணிகளில் முழுமூச்சாக இறங்கிய பிறகு நான் எழுதுவதைக் குறைத்துக்கொண்டேன்” என்று குறிப் பிட்டுள்ளார். செங்கல்பட்டு மாவட்டத்தின் அகநாட்டு வரலாற்று நூலான ‘உத்திரமேரூர் உலா’ இனியவனின் வரலாற்று ஆர்வத்திற்கும் தேடலுக்கும் சான்றான நூலாகும். பறவைகள் குறித்த அரிய தகவல்கள் அடங்கிய நூலொன்றையும் வெளியிட்டார்.

சென்னைக்கு குடிமாறி வந்த பிறகு, ‘இலக்கிய வீதி’யின் செயல்பாடுகளோடு, 2006–இல் சென்னைக் கம்பன் கழகத்தின் செயலாளராகப் பொறுப்பேற்று, திறம்பட செயலாற்றினார். ஸ்ரீகிருஷ்ணா ஸ்வீட்ஸ் நிறுவனத்தோடு இணைந்து ‘இதயத்தில் வாழும் எழுத்தாளர்கள்’ எனும் தலைப்பில் மறைந்த முன்னோடி எழுத்தாளர்களைப் பற்றிய சிறப்புமிக்க நிகழ்வினைப் பல ஆண்டுகாலம் தொடர்ந்து நடத்தினார். அதே நிகழ்வில், வாழும் தலைமுறை படைப் பாளர்களைக் கவுரவிக்கும் வகையில் ‘இலக்கிய வீதி அன்னம் விருதினை’ வழங்கிப் பாராட்டினார்.

25 ஆண்டுகளுக்கு முன்பு செங்கல்பட்டில் நடைபெற்ற ஓர் இலக்கிய விழாவில் தான் முதன்முதலாக நான் இலக்கிய வீதி இனியவனைச் சந்தித்தேன். பேசிய சில நிமிடங்களிலேயே பாக்கெட்டில் வைத்திருந்த துண்டுக் காகிதத்தை எடுத்து, எனது முகவரியை எழுதிக்கொண்டார். அன்று தொடங்கி பல இலக்கிய வீதி நிகழ்வுகளில் பங்கேற்கும் வாய்ப்பினை எனக்கு வழங்கினார். எதனையும் உடனே ஒரு துண்டுக் காகிதத்தில் மறக்காமல் குறித்துக்கொள்ளும் செயலை இனியவன் தனது கடைசிக்காலம் வரை செய்து வந்தார். நோயுற்று பேச முடியாத நிலையிலும் தனது மகள் வாசுகியின் துணையோடு இலக்கிய நிகழ்வுகளுக்கு வந்துவிடும் இனியவன், ஒரு துண்டுக் காகிதத்தில் தனது கருத்தினை எழுதிப் பலரிடத்தும் பகிர்ந்துகொண்டார். இலக்கிய வீதி இனியவனின் தொடர் இலக்கியச் செயல்பாடுகளைப் பாராட்டி, அமெரிக்க தமிழ்ச் சங்க கூட்டமைப்பின் மாட்சிமை விருது, வேலூர் கம்பன் கழக விருது, கண்ணப்பன் அறக்கட்டளையின் இலக்கிய நாயனார் விருது, வாழ்நாள் சாதனையாளர் விருது உள்ளிட்ட பல விருதுகள் வழங்கப்பட்டன.

2014-ஆம் ஆண்டில் இலக்கிய வீதி இனியவனின் வாழ்க்கை வரலாற்றை எழுத்தாளர் ராணிமைந்தன் நூலாக எழுதினார். 2023 ஜனவரி 23 அன்று 'பொன்விழா நோக்கி இலக்கிய வீதி' எனும் நூலும் சென்னையில் சான்றோர் பலர் முன்னிலையில் வெளியிடப்பட்டது.

தன் வாழ்நாளின் கடைசி நிமிடம்வரை நல்லிலக்கியம் வளர்த்திட வேண்டும், வளரும் எழுத்தாளர்களை ஊக்கப்படுத்திட வேண்டும் என்பதை மட்டுமே தனது மூச்சாகக் கொண்டிருந்த இலக்கியவீதி இனியவன், 2023 ஜூலை 2 அன்று தனது 81-ஆவது அகவையில் மூச்சை நிறுத்திக் கொண்டார். ஆனாலும் இலக்கிய வீதியில் இனியவனின் மூச்சுக்காற்றும் என்றென்றும் இரண்டற கலந்தேயிருக்கும்.

வாசிப்பில் ருசித்த நூல்கள்

பழமையின் புதிய கவி அவதாரம்

தமிழ் மரபின் செறிவோடும் புதுமையின் அழகோடும் தொடர்ந்து கவிதைத் தளத்தில் இயங்கி வருபவர் கவிஞர் ஈரோடு தமிழன்பன். புரட்சிக் கவிஞர் பாரதிதாசனோடு பழகியதில் பெற்ற மரபுக் கவிதையின் சமூகத் தாக்கமும், பாப்லோ நெருடா, வால்ட் விட்மன் போன்றோரை தனது விரிந்த வாசிப்பின் வழியே அடைந்தனால் கிட்டிய புதுக்கவிதையின் அர்த்தமிக்க எளிமையையும் கைவரப் பெற்றவர்.

அறுபது ஆண்டுகளுக்கும் மேலாக இடைவிடாமல் ஒருவர் தமிழ்ப் படைப்புவெளியில் சோர்வுறாமல் எழுதிக் கொண்டிருப்பதும், புதுப்புது கவிதை வடிவங்களை அறிமுகம் செய்து வருவதும் சற்றே சவாலான ஒன்றுதான். எண்பதாவது வயதில் கால் பதித்திருக்கிற கவிஞர் இந்த சவால்களை தனது உறுதியான இலக்கியக் கொள்கை யாலும் எழுத்தின் சமூகத் தேவை குறித்த சரியான பார்வை யாலும் வென்றெடுத்து நிற்பவர் ஈரோடு தமிழன்பன்.

'உலராது பெருகும்
உலகின் விழிநீர்த் துடைக்க
ஒரு விரல் தேவை...'

– என்கிற வரிகளில் ஒலிக்கிற மானுட விடுதலையை விரும்பும் கவிக்குரலும்,

'சுதந்திரத்தை என்னால்
சாப்பிட முடியவில்லை
சோறு கொடு...'

– என்பதிலான மனிதநேயக் குரலும், இன்றைக்கும் ஈரோடு தமிழன்பன் கவிதைகளில் விடாது ஒலித்துக் கொண்டேயிருக்கிறது.

16-ஆம் நூற்றாண்டின் இறுதியில், கீழ்த்திசைப் பண்பாட்டில் ஜென் தத்துவ வெளிச்சத்தில் விளைந்த கவிதையான ஹைக்கூ கவிதைகள், இருபதாம் நூற்றாண்டின் இறுதியில் மகாகவி பாரதியார் எழுதிய 'ஜப்பானிய கவிதை' (சுதேசமித்திரன் – 16.10.1916) எனும் குறுங்கட்டுரை வழிதான் தமிழுக்கு முதல் அறிமுகமானது.

1960-களில் சி.மணி, சுஜாதா, சந்திரலேகா மூவரும் சில ஜப்பானிய ஹைக்கூ கவிதைகளை நடை, கணையாழி ஆகிய இதழ்களில் ஆங்கிலத்திலிருந்து தமிழில் மொழி பெயர்த்து வெளியிட்டனர்.

1970-இல் கவிக்கோ அப்துல்ரகுமான் தனது 'பால்வீதி' கவிதை நூலில், 'சிந்தர்' எனும் தலைப்பில் நேரடியான தமிழ் ஹைக்கூ கவிதைகளை எழுதினார்.

1984-ஆம் ஆண்டில் அமுதபாரதி, அறிவுமதி ஆகியோரின் தமிழ் ஹைக்கூ கவிதை நூல்கள் வெளிவர, 1985-ஆம் ஆண்டு பிப்ரவரியில் கவிஞர் ஈரோடு தமிழன்பனின் 'சூரியப் பிறைகள்' ஹைக்கூ கவிதை நூல் வெளிவந்தது. அந்நூலில் 'வாசல் ஓர வாசகம்' எனும் தலைப்பில் ஈரோடு தமிழன்பன் எழுதிய 14 பக்க முன்னுரை, ஜப்பானிய ஹைக்கூ குறித்தும், தமிழ் ஹைக்கூ பயணிக்க வேண்டிய

பாதை குறித்தும் தெளிவாய் இளைய கவிகளுக்கு வழி காட்டியது. (பலருக்கும் நகலெடுத்துக் கொடுத்தே நைந்து போய் விட்டன என் வசமுள்ள அந்நூலின் பக்கங்கள்).

மரபு, புதிது என்பதோடு நின்றுவிடாமல், ஜப்பானிய ஹைக்கூ கவிதைகளிலும் புதுத்தடம் பதித்தவர் ஈரோடு தமிழன்பன்.

'ஆகாயமும் அழகு
பூமியும் அழகு – ஆம்
என் கையில் ரொட்டித்துண்டு.'

– என்கிற ஈரோடு தமிழன்பனின் ஹைக்கூ கவிதை, தமிழ் ஹைக்கூவின் திலகமாய் இன்னமும் ஒளிர்கிறது.

ஹைக்கூவை அறிமுகம் செய்ததோடு நில்லாமல், 2001 ஏப்ரலில் ஹைக்கூவின் அங்கத வடிவமான சென்ரியு கவிதைகள் கொண்ட 'ஒரு வண்டி சென்ரியு' எனும் தொகுப்பை 'தமிழின் முதல் சென்ரியு' நூலாகக் கொண்டு வந்தார் ஈரோடு தமிழன்பன். எது ஹைக்கூ, எது சென்ரியு என்கிற குழப்பத்திற்கான சரியான புரிதலைத் தந்தது அந்நூலில் கவிஞர் எழுதியிருந்த 10 பக்க முன்னுரை.

ஜப்பானிய 'ஹைக்கூ'வையும் ஆங்கில 'லிமரிக்'கையும் இணைத்து, 'லிமரைக்கூ' எனும் புதுவகைக் கவிதை நூலை, 2002 அக்டோபரில் 'சென்னிமலை கிளியோப்பாத்ராக்கள்' எனும் பெயரில் வெளியிட்டார்.

இன்றைக்கு தமிழில் மிகுதியாய் எழுதப்பட்டுவரும் ஹைக்கூ, சென்ரியு, லிமரைக்கூ நூல்களின் முன்னத்தி ஏராயிருந்து, புதிதாய் எழுதிவரும் இளைய கவிஞர்களின் தோள்த்தட்டிப் பாராட்டி, வளர்த்து வருவதில் முன்னோடியாய் இருப்பவர் ஈரோடு தமிழன்பன் என்பது எள்ளளவும் மிகையில்லா உண்மையே.

ஒரே தடத்தில் ஓடிச் சலிக்கிற வண்டிமாட்டின் பயணத்தை விட, திசையெங்கும் சுற்றி வலம்வரும் சிட்டுக் குருவியின் பறத்தல் மனமுடையதுதானே கவிஞனின்

மனமும். அப்படியான மனநிலையை மிகுதியாய் கொண்டிருக்கும் கவிஞர் ஈரோடு தமிழன்பன், 2014–ஆம் ஆண்டின் மத்தியில் பழமைக்கும் புதுமைக்குமான கவிப் பாலமாய் தந்திருக்கும் புதுவகைப் பா நூலே, 'ஒரு கூடை பழமொன்ரியு.'

உழைக்கும் மக்களின் சொல்லாடல்களில் இன்றும் உயிர்த்திருக்கும் பழமொழியும், அங்கதத்தோடு மூன்று வரிகளில் நம் சிந்தனையைச் சொடுக்குகிற ஜப்பானிய சென்ரியு கவிதையும் இணைந்த புதுவகையே 'பழமொன்ரியு.'

கவிஞர் ஈரோடு தமிழன்பனின் தேர்ந்த கவியாளுமையும், சுருக்கமாய் நறுக்கெனச் சொல்லும் சொற்கட்டும் இணைந்து, இந்த ஒரு கூடைப்(கவி) பழத்தையும் ஆசை யாசையாய் நம்மை அள்ளித் தின்ன வைக்கின்றன.

'எறும்பு முட்டை கொண்டு
திட்டை ஏறியது; எதிரில்
சுங்கத்துறை அதிகாரிகள்.'

– எனும் தொகுப்பின் முதல் கவிதையில் விழும் சொடுக்கு,

'கொல்லன் தெருவில் ஊசி
விற்கலாம்; புதிதாய் இருந்தால் கம்பன்
தெருவிலும் கவிதை விற்கலாம்.'

– என்கிற நூலின் கடைசிக் கவிதைவரை தொடர்கிறது.

சமகாலத் தமிழ்ச் சூழலில் மட்டுமல்ல, இந்தியச் சூழலுக்கும் பொருந்திப் போகிற மாதிரியான ஏராளமான தெறிப்புகள் இந்நூலில் நிறையவே உள்ளன.

'நீர்இடித்து நீர்விலகாது
நீருக்காக இடித்துக் கொண்டால்
மாநிலங்கள் விலகும்.' (பக்கம்: 11)

'தவிடு தின்னும் ராசாவுக்கு
முறம் பிடிக்கும் மந்திரி;
பட்டினியில் சாகும் மக்கள்.' (பக்கம்: 14)

‘பதவி திரண்டு வந்தபோது
ஐயோ! பாராளு மன்றம்
கலைக்கப்பட்டு விட்டதே.’ *(பக்கம்: 71)*

ஒன்றல்ல, இரண்டல்ல... இப்படியாய்த் தொகுப்பு முழுக்க வாசிப்பாளனின் சிந்தனையை முடுக்கிவிடும் கவிநறுக்குகள். நம் அன்றாட வாழ்வில் கேட்டு ரசித்த, சொல்லிப் பழகிய பழமொழிகள் இந்நூலில் புதிதாய் கவிஅவதாரம் எடுத்துள்ளன.

பெண் விடுதலை, உழைப்புச் சுரண்டல், விலையாகும் கல்வி, சீரழியும் விவசாயம், நாற்றமெடுக்கும் ஊழல், பலி கேட்கிற சாதி வெறி, சிதைந்து வரும் மனித மதிப்பீடுகள்... என சமூகம் குறித்த உள்ளார்ந்த அக்கறையோடு ஒவ்வொரு பழமொழியையும் இன்றைய சமூக உண்மையோடு சேர்த்தெழுதியுள்ளார் கவிஞர் ஈரோடு தமிழன்பன்.

‘ஆடிப்பட்டம் தேடிவிதை;
அதற்கு உரமாய்க் கூலி கொடுக்காத
பண்ணையாரைப் புதை.’ *(பக்கம்:18)*

‘சுடர் விளக்காயினும் தூண்டுகோல்
வேண்டும் ; தூண்டுகோல் வாங்க
விளக்கை விற்றுவிடாதே.’ *(பக்கம்: 19)*

‘கொள்ளி வைக்க ஒரு பிள்ளை
வேணுமாம் ; ஒரு பெண் வைத்தால்
எரிய மாட்டாயா நீ?’ *(பக்கம்: 31)*

‘ஊர் என்றால் சேரியும் இருக்கும்
சேரி சீறினால், சேரி சீறினால்
அந்த ஊர் எங்கு இருக்கும்?’ *(பக்கம்: 83)*

எதையும் எதிர்க்கேள்வி கேட்காமல் பழகிவிட்ட தலைமுறையினர், முன்னோர்கள் சொன்னது சரியாய்த் தானிருக்கும் என்று பொத்தாம்பொதுவாக நம்புகிற மனிதர்கள், இவர்களின் முன்னே மறுவிசாரணைக் கோருகின்றன இந்த ‘பழமொன்ரியு’ கவிதைகள்.

ஓவியர் கண்ணாவின் அர்த்தம் செறிந்த ஓவியங்களோடு மலர்ந்துள்ள இந்நூல், கவிஞர் ஈரோடு தமிழன்பன் தமிழ்க் கவிஞர்களுக்குக் காட்டியுள்ள புதிய கலங்கரை விளக்கென ஒளிமுகம் காட்டி மிளிர்கிறது.

*

ஒரு கூடை பழமொன்ரியு
ஈரோடு தமிழன்பன்
பாப்லோ – பாரதி பதிப்பகம்,
சென்னை – *600 095*

இருமுகம் காட்டும் நேர்முகக் கவிதைகள்

'**வா**ழ்வு மாறலாம்; ஆனால் மறைய முடியாது;
நம்பிக்கை மங்கலாம்; ஆனால் மரிக்க முடியாது;
உண்மை ஒளியலாம்; ஆனால் ஜொலிக்கவே செய்யும்;
அன்பு மறுக்கலாம்; ஆனால் வரவே செய்யும்!'

– எனும் ஆங்கில மகாகவி ஷெல்லியின் (ஆங்கிலக் கவிதை மலர்கள் மொழியாக்கம்: பொ.திருகூட சுந்தரம், இரண்டாம் பதிப்பு: 1951) கவிதை வரிகளில் மனதைப் பறி கொடுத்த மகாகவி பாரதி, 'ஷெல்லிதாசன்' எனும் புனை பெயரிலும் கவிதைகளை எழுதினார். காப்பிய மொழியில் எழுதப்பட்டுக்கொண்டிருந்த தமிழ்க் கவிதையை, மக்கள் மொழிநடைக்கு மடை மாற்றிய பெருமைக்குரியவர் பாரதி.

"மக்களுக்குப் பொருள் விளங்காதபடி இலக்கியம் செய்வோன், அதைக் கரித்துணியாலே மூடி விடுகின்றான்.

உண்மையும் தெளியும் கவிதையின் உயிர் எனலாம்” என்கிற கவிதைக் கோட்பாட்டில் உறுதியும் தெளிவும் உடைய பாரதியே, தமிழ்க் கவிதைக்குப் புதுஇரத்தம் பாய்ச்சியதில் முன்னோடியானவர்.

1913–ஆம் ஆண்டில் திருநெல்வேலியில் நடைபெற்ற பாடல் போட்டிக்குப் பாரதியாரும் தனது பாடலொன்றினை எழுதி அனுப்புகிறார். பாரதியின் பாடலில் இடம் பெறும் ‘பாயுது’, ‘பிறக்குது’ எனும் பேச்சு மொழியிலான சொற்கள் கொச்சையானவை என்றும், இதனால் செய்யுள் மரபு சிதைந்துவிடுமென்றும் சொல்லி, முதல் பரிசு வேறொரு பாடலுக்கும், பாரதியின் பாடலுக்கு இரண்டாம் பரிசும் வழங்கப்படுகிறது.

அந்தப் போட்டியில் முதல் பரிசு பெற்ற பாடலைப் பலருங்கூட இன்னமும் அறியாத நிலையில், பாரதியின் நினைவு நூற்றாண்டினைக் (1921–2021) கொண்டாடும் இவ்வேளையிலும், தமிழ் நாவுகளில் ஒலித்துக்கொண்டிருக்கிறது, பாரதியின் இரண்டாம் பரிசினை வென்ற அந்தப் பாடல்.

‘செந்தமிழ் நாடெனும் போதிலே – இன்பத்
தேன்வந்து பாயுது காதினிலே – எங்கள்
தந்தையர் நாடென்ற பேச்சினிலே – ஒரு
சக்தி பிறக்குது மூச்சினிலே...’

இன்றைக்கும் பாடப்படுகிற கேட்கும் போதெல்லாம் புதுசக்தியைத் தரும் இந்தப் பாடலே, சத்தியத்தின் குரலாக இன்னமும் ஒலித்துக்கொண்டிருக்கிறது என்பதே காலம் நமக்குத் தந்துள்ள இலக்கியப் பாடமாகும்.

இலக்கு நோக்கி எழுதப்படுவதே இலக்கியமெனில், வாசிப்பவன் மனதைக் கவ்விப் பிடிக்கும் வேலையைச் செய்வதுதானே கவிதையின் பணி. இறுக்கமான மொழி நடையும், எளிதில் வாசகன் கவிதையைப் புரிந்துகொள்ளக் கூடாது எனும் மேட்டிமைத்தனமும் இணைந்து

இன்றைக்கு நவீன கவிதை எனும் பெயரில் எழுதப்படும் பல கவிதைகள் கால வெள்ளத்தில் கரையேற முடியாமல், தொடங்கிய இடத்திலேயே பயணத்தை முடித்துக் கொள் கின்றன.

இருபதாம் நூற்றாண்டின் தொடக்கத்தில் மகாகவி பாரதி போட்டுத்தந்த கவிதைத் தடத்தில், 'சுவை புதிது; பொருள் புதிது' என படைக்கப்படும் கவிதைகள் என்றென் றும் படிக்கப்படுவதோடு, மக்கள் வாழ்வோடும் இரண்டற கலந்து நிற்கின்றன. பாரதி, பாரதிதாசன், தமிழ் ஒளி, பட்டுக்கோட்டை கல்யாண சுந்தரம் ஆகியோர் போட்டுத் தந்த கவிதைத் தடத்தில் இன்றைக்கு தமிழ்க் கவிதை தனி நடைப் போட்டு மிளிர்கிறது. பல்லாயிரம் கவிஞர்களின் அணிவரிசையில் தனக்கென தனித்துவமான பார்வை யோடும், கவித்துவத்தோடும் எழுதி வருபவர் கவிஞர் தங்கம் மூர்த்தி.

கவிக்கோ அப்துல்ரகுமானால், 'இது புதுக்கோட்டை அல்ல; கவிக்கோட்டை' என்று புகழப்பட்ட புதுக் கோட்டை மாவட்டத்தின் அறந்தாங்கி அருகேயுள்ள சுப்பிரமணியபுரத்தில் பிறந்தவர் கவிஞர் தங்கம் மூர்த்தி. தனது இயற்பெயரான மூர்த்தி என்பதோடு, ஹோமியோ பதி மருத்துவரான தந்தை கே.கே.தங்கத்தின் பெயரையும் உடன் இணைத்து, 'தங்கம் மூர்த்தி'யானார். 30 ஆண்டு காலம் கல்வித்துறையில் அனுபவமிக்க இவர், ஆங்கிலத் திலும் கல்வியிலும் முதுகலை பட்டம் பெற்றவர். கவிஞர், பேச்சாளர், எழுத்தாளர் என பன்முக ஆளுமையுடன் தமிழகம் முழுவதும் அறியப்படுபவர்.

தமிழக அரசின் டாக்டர் ராதாகிருஷ்ணன் விருது, மத்திய அரசின் தேசிய நல்லாசிரியர் விருதுகளைப் பெற்றிருப்ப தோடு, சாகித்திய அகாதெமி ஆலோசனைக் குழு உறுப்பின ராகத் தனது இலக்கியப் பணிகளையும், பாரதிதாசன் பல்கலைக்கழக ஆட்சிக்குழு உறுப்பினராகக் கல்விப் பணிகளையும் ஆற்றியுள்ளார். தனது 40 ஆண்டுகால

இலக்கியப் பங்களிப்புக்களுக்காகத் தமிழ்ச் செம்மல் விருது, செல்வன் கார்க்கி விருது, சிற்பி விருது, கவிக்கோ விருது உள்ளிட்ட பல விருதுகளைப் பெற்றுள்ளார்.

1994-ஆம் ஆண்டில் கவிஞரது முதல் கவிதை நூல் 'முதலில் பூத்த ரோஜா'வாக மலர்ந்தது. இந்த ஹைக்கூ நூல் பலராலும் பாராட்டப்பெற்றதோடு, ஆங்கிலத்திலும் மொழியாக்கம் செய்யப்பட்டது. பொய்யெனப் பெய்யும் மழை, பண்டிகையின் நாட்குறிப்பிலிருந்து, தேவதைகளால் தேடப்படுபவன், அந்த வானவில்லுக்கு எட்டு நிறங்கள் உள்ளிட்ட ஒன்பது கவிதை நூல்களைப் படைத்திருக்கும் கவிஞரின் பத்தாவது நூல் 'கூடு திரும்புதல் எளிதன்று'.

'கவிதைக்கும் கவிஞனுக்கும் நிஜமே கம்பீரம்' என்ற கவிஞர் வைரமுத்துவின் வரிகளுக்கேற்ப, எதார்த்த வாழ்வின் ஈரத்தில் பூத்த கவிதை மலர்கள் இந்நூலெங்கும் மணம் வீசுகின்றன. கையிலெடுத்து நூலைப் படிக்கத் தொடங்கியதுமே, ஒவ்வொரு கவிதையிலும் நம் முகமும் அகமும் தெரிவதைக் கண்டுணர முடிகிறது. 'அன்புடன்...' எனத் தொடங்கும் நூலின் முதல் கவிதையில்–

'மலரென நினைத்தால்
நறுமணம் தருவேன்.
மலையென
நினைத்தால்
வலிமையைத் தருவேன்.'

– என்று சொல்லும் கவிஞர்,

'ஆசிரியர்
என்பதென் ஆடை.
கவிஞன் என்பதென்
அணிகலன்...
பேரன்பின்
ஆதாரமிருப்பதால்
பெருமளவு சேதாரமில்லை'

– என உண்மையினை உரைக்கையில், 'மானுடம் சமுத்திரம் நானென்று கூவும்' பேரன்புக்குரியவராக வடி வெடுக்கிறார்.

சிறிய வயதில் தேநீர்க் கடைக்கு வேலைக்குப் போய், தம்பியைப் படிக்க வைத்த அண்ணனைப் பற்றிய 'பெடலு டைந்த சைக்கிளைப் பின்தொடரும் காலம்' வெறும் கவிதையல்ல; வாழ்வின் கண்ணீர்க் கோடுகள் வரைந்த காவியக் க(வி)தையாக உள்ளது. எளிய சொல்லெடுத்து கவிஞர் தொடுத்துள்ள கவிச்சரத்தில் பல வண்ண மலர்கள். வாசிக்கிற ஒவ்வொருவரின் மீள்பார்வைக்கும் வித்திடுகிற ரசனைமிக்க கவிதை வரிகள்.

'குளியலறைக் கவலைகள்' எனும் கவிதை, நம் ஒவ்வொருவரின் காலை நேரத்தையும் நம் முன்னே கொண்டுவந்து நிறுத்தி விடுகிறது.

'கதவைத் திறக்கும் போதுதான்
வாங்க மறந்த பற்பசை
நினைவுக்கு வரும்'

– எனும் வரிகளைப் படித்ததுமே, 'அட... இது நம்ம அனுபவமாச்சே..!' என நாமும் கவிதையோடு கலந்து விடுகிறோம். சரியாய் செய்துவிட்டோம் என்று நிம்மதி யோடு ஒருநாளும் காலைக்குளியல் முடிந்ததில்லை. கவிஞர் கவிதையை இப்படி முடிக்கிறார்;

'ஆனாலும்
வீடே நகைக்கிறது
காதோரமிருந்த
சோப்பு நுரை கண்டு'.

வழக்கம்போலவே வெட்கத்தோடு தலைகுனியும் நம் காலைப் பொழுது, கவிதையில் சொன்னவை முற்றிலும் உண்மையென்று மறுப்பின்றி ஏற்கிறது.

'கடவுளுக்கு மறதி அதிகம்' என்ற கவிதையில், கவிஞர் மறக்காமல் சொல்லியிருப்பது கடவுளின் மறதியை மட்டுந் தானா..! இல்லையென்றால் இந்நேரம் கடவுள் எழுதி யிருப்பாரே கவிஞரைப் பற்றிய கவிதையொன்றை..!

'எனக்கென ஓர்
கவிதையெழுத நினைத்திருந்தார்
கடவுள்.
அவ்வருள் வேளையில்
அவரிடம்
காகிதமுமில்லை
எழுதுகோலுமில்லை.
தானொரு
கடவுளென்பதை உணர்ந்து
அவற்றை
வரவழைத்த போது
கவிதை மறந்திருந்தது
கடவுளுக்கு'.

கவிஞன் கற்பனையைத் தேநீர் போல தேவைப்படும் சில நேரங்களில் மட்டுமே பயன்படுத்திக்கொண்டால் கவிதை சுவைக்கும். ஆனால் இங்கு பலர் தேநீரே உணவாகக் கொள்ளும் நிலையில், மிகச் சரியான விகிதத்திலேயே கற்பனையைக் கவிதைக்குள் தூவியிருக்கிறார் கவிஞர் தங்கம் மூர்த்தி என்பது மிகுந்த ஆறுதலைத் தருகிறது.

சமகாலத்தைப் பற்றிய கவிதைகள் எல்லாமே நம்மை ஈர்க்கின்றன. அதிலும், 'அது ஒரு கொரோனா காலம்' கவிதையில் பத்துப் பதிவுகளுமே முத்தான கவிதைகள். பதத்திற்காக ஒரு முத்து இது;

'கால்மேல் கால் போட்டு
பேப்பர் படித்தபடி
அருந்திய தேநீரின்
கடன் அடைக்காதவன்

ஓட்டைக் குடைப் பிடித்து
கூனிக்குறுகி
மது வாங்கிச் செல்கிறான்
ரொக்கம் கொடுத்து'

– என்கிற கவிதை, கொரோனா காலத்திலும் நீண்ட வரிசையில் நின்றவர்களின் கன்னத்தில் அறைவது போலுள்ளது.

சேதாரமில்லாத தேர்ந்த சொற்களால், குறைவான வரிகளில் நிறைவான கவிதைகளைத் தந்துள்ளார் கவிஞர். 'ஆயிரங்காலத்துப் பயிர்' என்று சொல்கிற திருமணப் பந்தங்களில் ஏற்படும் உளவியல் சிக்கல்களை இவ்வளவு குறைவான வரிகளில் சொல்லியிருப்பதே கவிஞரின் செறிவான மொழிநடைக்கு சான்று.

'நெருங்கி நிற்கச்
சொல்கிறார்
புகைப்படக் கலைஞர்
நம் இடைவெளி
அறியாமல்'.

எப்போது என்ன நடக்குமோ என்கிற அச்சத்திலேயே மனித வாழ்வு தொடர்வதில் என்ன அர்த்தமிருக்கிறது? ஆனாலும் அதையும் கடந்தே வாழ வேண்டியிருப்பதைக் குறியீடாகச் சொல்கிறார் மற்றொரு கவிதையில்.

'எப்போது
வெடிக்குமோ
எனுமொரு
பயத்திலேயே வைத்திருக்கின்றன
பலூன்களும்'.

நூலின் நிறைவாகத் தந்துள்ள சில ஹைக்கூத் துளிகளில், கலைடாஸ்கோப்பின் புதுவகை வண்ணக் காட்சிகளை விரித்துக் காட்டியுள்ளார்.

'இன்று சிறப்புச் செய்தி
ஒன்றுமில்லை
அணில் வந்ததைத் தவிர'.

கவிஞருக்குச் சிற்றுயிரின் வருகை கூட ஒரு கவிதையைத் தந்துவிட்டுத்தான் போகிறது என்பதைவிட வேறென்ன வேண்டும்..?

நூலின் தலைப்புக் கவிதையான 'கூடு திரும்புதல் எளிதன்று' கவிதையில் –

'பெருங்காற்றின் நெளிவுகளில்
கதிர்வீச்சுப் பொழிவுகளில்
கரும்புகையின் படலமதில்
இலை மண்டிய கிளை நடுவில்
முட்களிடை கீறிவிடும் பூத்தெருவில்
தூறலிடும் ஓலமதில்
ஊரடங்கும் மெல்லிருட்டில்
கொள்ளிகளின் வெப்பத்தில்
கொழுந்துகளின் ஸ்பரிசத்தில்
சேதமிலா பயணமதில்
இரை தேடி
சிறகைச் சுமந்து
கூடு திரும்புதல்
அத்தனை எளிதன்று'

இது பறவைகளுக்கான அன்றாட செய்தி மட்டுமல்ல; உழைக்கும் மக்களின் அன்றாட வாழ்க்கைப்பாடுகளையும் உள்ளீடாகச் சொல்லும் இந்தக் கவிதையைப்போல், இந்த நூலின் கவிதைகளை வெறுமனே வாசித்துவிட்டு நம்மால் திரும்பி விடுதல் ஒன்றும் அவ்வளவு எளிதன்று. அதையும் தாண்டி, வாசகனோடு கலந்துறவாடி, அவனது மனக்குளத்தில் சில சலனங்களை எழுப்பிப்போகும் வேலையைச் சிறப்பாக செய்து முடிக்கின்றன கவிஞர் தங்கம் மூர்த்தியின் கவிதைகள்.

'கவிதை என் கைவாள்' என்றார் மூத்த கவிஞர் கே.சி.எஸ்.அருணாசலம். கவிஞர் தங்கம் மூர்த்தியின் கவிதைகள் நம் மனப்புண்களைக் குத்திக் கிளறும் கூராயுதமாகவும், நம் தோள்தொட்டு நட்புப் பாராட்டும் சக நண்பனைப் போலவும் இருமுகம் காட்டுகின்றன. நூலை வாசித்து முடிக்கையில் கவிஞர் தங்கம் மூர்த்தியின் கவிதைக்களுக்கான வாசகர் வரிசையில் நாமும் ஒருவராகப் போய் நின்று விடுகிறோம். அதுவே கவிஞர் தங்கம் மூர்த்தியின் கவிதைகளுக்கான சிறப்பம்சமென்று உறுதிபடச் சொல்லலாம்.

*

கூடு திரும்புதல் எளிதன்று
தங்கம் மூர்த்தி
டிஸ்கவரி புக் பேலஸ் வெளியீடு

இறப்பிலும் உயிர்த்திருக்கும் கவிப்பூக்கள்

'உலகப் பொதுமறை' எனப் போற்றப்படும் திருக்குறள் எழுதப்பட்ட காலத்தை இன்னும் சரியாக உறுதிசெய்ய முடியவில்லை. திருக்குறள் பொது ஊழிக்கு முன் 300 இல் எழுதப்பட்டது என்று தமிழறிஞர்கள் சோமசுந்தர பாரதியார், மா.இராசமாணிக்கனார் ஆகியோர் கூற, பொ.ஊ.மு. முதலாம் நூற்றாண்டே திருக்குறளின் காலம் என்கிறார் வரலாற்று அறிஞர் கே.கே.பிள்ளை.

திருக்குறள் பொ.ஊ. ஆறாம் நூற்றாண்டைச் சார்ந்தது என்கிறார் தமிழாய்வாளர் எஸ்.வையாபுரிப் பிள்ளை. கடைச்சங்க காலத்தின் கடைசி நூலாக இருக்கக்கூடு மென்கின்றனர் வேறு சிலர். எழுதப்பட்ட காலம் எதுவான போதிலும், இந்த இருபத்தியோராம் நூற்றாண்டிலும் மனித வாழ்வியலுக்கான அறம் சார்ந்த பல்வேறு சிந்தனை களையும் தன்னுள் பொதிந்து வைத்துள்ளது திருக்குறள் என்பதே அதன் சிறப்பாகும்.

'உறங்கு வதுபோலுஞ் சாக்காடு உறங்கி
விழிப்பது போலும் பிறப்பு.' (குறள்: 339)

நிலையாமை அதிகாரத்தில் இடம்பெற்றிருக்கும் இக் குறளுக்கு கலைஞர் மு.கருணாநிதி, "நிலையற்ற வாழ்க்கை யில் உறக்கத்திற்குப் பிறகு விழிப்பதைப் போன்றது பிறப்பு; திரும்ப விழிக்க முடியாத மீளா உறக்கம் கொள்வதே இறப்பு" எனச் செறிவாக அழகாக உரையெழுதியிருக்கிறார். மனித வாழ்க்கையென்பதைப் பற்றி இதைவிடச் சிறப்பாகச் சொல்லிவிட முடியாது தானே!

'தூங்கயிலே வாங்குகிற மூச்சு; அது சுழி மாறிப் போனாலும் போச்சு' என்று பாடிச்சென்ற சித்தர் யாரெனத் தெரியவில்லை. ஆனாலும் மனித வாழ்வின் நிலையா மையைச் சுட்டிச்செல்லும் இவ்வரிகள் இன்னமும் மக்கள் நாவினில் உச்சரிக்கப்பட்டு காலங்கடந்தும் வாழ்கின்றன.

15 அல்லது 16–ஆம் நூற்றாண்டில் பிறந்ததாகச் சொல லப்படும் கடுவெளிச் சித்தர், எழுதிய பாடலொன்று;

'நந்தவனத்தில் ஓர் ஆண்டி – அவன்
நாலாறு மாதமாய்க் குயவனை வேண்டி
கொண்டு வந்தான் ஒரு தோண்டி – மெத்தக்
கூத்தாடிக் கூத்தாடிப் போட்டுடைத்தாண்டி.'

இப்பாடல் மண் பானை செய்யும் குயவனைப் பற்றிய பாடலாக மேம்போக்கான வாசிப்பில் தெரிந்தாலும், ஆழ்ந்து யோசிக்கையில் வாழ்வின் நிலையில்லாப் போக்கை நான்கே வரிகளில் சொல்லியிருக்கும் சிறப்பினை அறிய முடிகிறது. மனித வாழ்வென்பது பிறப்பில் தொடங்கி இறப்பில் முடியும் நீர்க்குமிழியைப் போன்றது என்பதை சித்தர்கள் பலரும் வேறுவேறு வார்த்தைகளில் பாடியுள்ளனர்.

ஆண் – பெண் கலவியின்போது ஆணிடமிருந்து 380 முதல் 480 மில்லியன் விந்தணுக்கள் வெளியேறி, அதில் பெண்ணின் கருப்பையை அடையும் ஒரேயொரு உயிரணு

தான் கருக்கொண்டு, உருப்பெற்று, புதிய உயிராக இந்த மண்ணில் பிறப்பதாக மருத்துவ உலகம் கூறுகிறது.

தாயின் கருவறையை விட்டு வெளிவரும் குழந்தை, அழுதுகொண்டே தான் பிறக்கிறது. என்றாலுங்கூட அதன் பிறப்பு மகிழ்ச்சியையும் கொண்டாட்டத்தையும் அல்லவா தருகிறது. பிறப்பைப் போலவே இறப்பும் சர்வ நிச்சயம் என்று தெரிந்தேயிருந்தாலும், பிறப்பைக் கொண்டாடும் மனித மனம் இறப்பில் துவண்டு போகிறது.

மண்ணில் பிறக்கும் ஒவ்வொரு மனிதருக்கும் இறப்பு நிச்சயமுண்டு என்றாலும், அந்த இறப்பின் நாள் எதுவெனத் தெரியாத சுவாரசியத்தில் தான் வாழ்க்கையை நம்மால் ருசித்து வாழ முடிகிறது. பிறக்கும்போதே நம் இறப்பின் நாளும் தெரிந்துவிட்டால் ஒவ்வொரு நாளும் மரண பயம் நம் மனதைக் கவ்வும். மரணத்தை எதிர் கொள்ள தயங்கித் தயங்கி, ஒவ்வொரு நொடியும் செத்தவர் களைப் போலவே, மரணத்தைக் கண்டு அஞ்சாமல் துணிந்து நின்று, ஒவ்வொரு கணத்தையும் அர்த்தத்தோடு நிறைவாழ்வு வாழ்ந்த மனிதர்களும் இந்த மண்ணில் உண்டு.

'நான் உயிரோடு இருக்கும்வரை எனக்கு சாவு வரப் போவதில்லை; சாவு வரும்போது நான் உயிரோடிருக்கப் போவதில்லை' என்கிற எளிய உண்மையை உணர்ந்து கொண்டாலே, வாழ்வை அதன் போக்கில் அர்த்தப் பூர்வமாக நம்மால் எதிர்கொள்ள முடியும்.

'மரணத்தைப் பற்றி பேசுவதாலேயே ஒருவருக்கு மரணம் வந்துவிடாது; மரணத்தைப் பற்றி தெரியாமல் இருப்பதனாலேயே ஒருவருக்கு மரணம் வராமல் போய் விடாது' என்கிறார் 'உளவியலின் தந்தை' எனப் போற்றப் படும் சிக்மண்ட் ஃப்ராய்ட்.

மத்திய ஐரோப்பிய நாடுகளுள் ஒன்றான ஆஸ்திரி யாவில் பிறந்த சிக்மண்ட் ஃபிராய்ட் (1856 – 1939), ஒரு நரம்பியல் மருத்துவராவார். மனித மனம் சார்ந்த

பிரச்சினைகளே, மனித உடல் சார்ந்த பிணிகளுக்கும் காரணம் என்பதை ஆய்ந்தறிவதில் ஆர்வம் கொண்ட ஃப்ராய்ட், 'காமத்தின் மூலம் கடவுள்' என்ற கோட்பாட்டை ஓஷோ முன்வைப்பதற்கு பல ஆண்டுகளுக்கு முன்பே, 'காமத்தின் மூலம் உளவியல்' என்ற கோட்பாட்டினை முன்வைத்தவர்.

'மனதை வெல்லும் மார்க்கமறிந்தால் உடலை வெல்லலாம்; உடலினை வெல்வதால் மரணத்தை நம்மால் தள்ளிப்போட மட்டுமே முடியும்' என்பதையே உளவியல் அறிஞர்கள் பலரும் காலமெல்லாம் சொல்லி வருகின்றனர்.

மனிதன், மனம், உடல், உயிர், பிறப்பு, இறப்பு என பல்வேறு கூட்டுக்கலவையான சிந்தனைகளுக்குள்ளே கடந்த ஒரு வாரத்திற்கும் மேலாக மூழ்கிக் கிடந்தேன். இதற்கு காரணமானவர் கவிஞர் பல்லவி குமார். அவரெழுதிய 'உதிரும் பூக்களின் இறுதிக் கவிதைகள்' எனும் நூலை வாசித்த கணத்திலிருந்து என்னால் அதனுள்ளிருந்து வெளிவர முடியாமல் தவித்தேன்.

இறப்பைப் பற்றி சிந்திப்பதும், இறப்பைப் பற்றி கவிதை எழுதுவதும் என்பது வேறு; இறக்கும்முன் இறுதிக் கவிதை எழுதுவதென்பது வேறு என்பதை 11 கட்டுரைகளின் வழியே மிக நேர்த்தியாகவும், தெளிவாகவும் பதிவு செய்துள்ளார் பல்லவி குமார்.

வணிகவியல் ஆசிரியராகப் பணியாற்றி ஓய்வுபெற்றிருக்கும் விருத்தாசலத்தில் வசிக்கும் பல்லவி குமார், கல்லூரியில் படிக்கிற காலத்திலேயே 'பல்லவி' என்றொரு சிற்றிதழை நடத்தியவர். கவிஞர், எழுத்தாளர், மொழி பெயர்ப்பாளர், தொலைக்காட்சி நாடகக் கலைஞர், வானொலி உரையாளர், மொழிபெயர்ப்பாளர், உடற்கல்வி நூலாசிரியர், நாட்டுப்புற ஆய்வாளர் என்கிற பன்முக திறனாளரான பல்லவி குமார், தமிழில் முதன்முதலாக ஹைபுன் எனும் கவிதை வடிவத்தை அறிமுகம் செய்த பெருமைக்குரியவர்.

தேடலுடன் கூடிய வாசிப்பினையுடைய பல்லவி குமாரின் பிறமொழி வாசிப்பில் கிட்டிய புதிய சிந்தனை களின் தொகுப்பே ‘உதிரும் பூக்களின் இறுதிக் கவிதைகள்’ எனும் நூலாக மலர்ந்துள்ளது.

‘இறுதிக் கவிதை’ எனும் முதல் கட்டுரையில், உலக மெங்கும் இருக்கும் மனிதர்கள் இறப்பதற்கு முன் உயில் எழுதுவதைப்போலவே, இறப்பதற்கு முன் எழுதிய கவிதைகளே இறப்புக் கவிதை எனப்படும் மரணக் கவிதை (Death Poem) என்று அறுதியிட்டுக் கூறும் கவிஞர் பல்லவி குமார், ஜப்பானியர்கள் பிறப்பைப் போலவே இறப்பும் ஒரு நிறைவான வாழ்வின் செயல் என்பதை ஏற்றுக்கொண்டு இறப்புக் கவிதைகளை எழுதியதைப் பற்றி விளக்கியுள்ளார்.

இறப்பு என்பது ஒன்றே என்றாலும் ஜப்பானியர் வாழ்வில் ஒவ்வொரு இறப்புக்கும் ஒவ்வொரு பெயரிருக் கிறது. இறப்பினை ‘ஷூ’ என்றும், காதலர்கள் தற்கொலை செய்துகொண்டு இறந்தால் ‘ஷின்ஷீ’ என்றும், மன்னரின் இறப்பில் வருந்தி, தானும் உயிரிழந்து போனால் ‘ஜன்ஷூ’ என்றும், போரில் வீர மரணம் அடைந்தால் ‘சென்ஷூ’ என்றும், வயது முதிர்வின் காரணமாக இறந்தால் ‘ரோஷூ’ என்றும் அழைக்கிறார்கள்.

எட்டாம் நூற்றாண்டில் பரவிய பவுத்தம், ஜப்பானி யர்களின் வாழ்வோடு பின்னிப் பிணைந்தது. இயற்கை யோடு இயைந்த வாழ்க்கை முறைகளையுடைய ஜப்பானி யர்கள், உதிரும் பூக்கள் மீண்டும் பூக்குமென நம்பியதோடு, மரணமென்பது உலகத் துயரங்களிலிருந்து விடுதலை பெறுவதற்கான வழி என்ற ஆழமான எண்ணத்தையும் கொண்டிருந்தனர்.

16–ஆம் நூற்றாண்டில் சாமுராய்களின் இறப்புக் கவிதைகளாக ‘ஹைக்கூ’ கவிதைகள் எழுதப்பட்ட பின்னரே, இறப்புக் கவிதைகளை எழுதும் பழக்கம் ஜப்பானிய சமூகத்தில் வேகமாகப் பரவியது.

'கோஜிகி' எனப்படும் பழமையான தொகுப்பின் சான்று மூலமாக, தொடக்கக் காலத்தில் இறப்புக் கவிதைகள் எழுதியவர்களில் முன்னோடியாக யாமாட்டோ டேக்ரு நோமிக்கோடா கருதப்படுகிறார். இறப்பதற்கு முன்பாக, தனது இறப்புக் கவிதையை எழுதினார் மிக்கோடா.

> 'அழிவைத் தரும் கத்தி
> அதனை விளையாட்டுத் திடலின்
> பக்கத்தில் பதித்து வைத்தேன்
> அய்யோ!
> அந்தக் கத்தி!'

இக்கவிதையை எழுதி முடித்ததும் இறந்துவிட்டார் மிக்கோடா. கத்தி எனும் கருவியானது ஜப்பானியர்களின் சமயம் சார்ந்த புனித அடையாளமாகும். இதனோடு பொருத்திப் பார்க்கையில்தான் இந்த இறப்புக் கவிதையை நம்மால் இன்னும் ஆழமாக உணர்ந்துகொள்ள முடியும்.

'இறுதிக்கவிதையும் ஜென் புத்த மதமும்' எனும் இரண்டாவது கட்டுரை, இவை இரண்டிற்குமான நெருக்கத்தை ஆராய்கிறது. புத்த மதப் போதகர்கள் ஜென் நிலையை அடைகையில், அவர்களுக்குள் இறப்புக் கவிதையும் துளிர்க்கும் அற்புதத்தை அழகாகப் பகிர்ந்துள்ளது இக்கட்டுரை.

ஜப்பானிய ஜென் புத்த மார்க்கத்தில் குறிப்பிடத்தக்கவர் செங்காய் கிடோன் (1750–1837). அவரிடம் சீடனொருவன், "இறப்பதற்கு முன்பு நீங்கள் ஏதாவது சொல்ல வேண்டுமா?" என்று கேட்க, அதற்கு செங்காய் சொன்ன பதில்;

"நான் உண்மையில் இறக்க விரும்பவில்லை" என்பது தான்.

1308-ஆம் ஆண்டு டிசம்பர் 29 அன்று, தான் இறப்பதற்கு சில நிமிடங்களுக்கு முன்பு நாம்போ ஜோம்யோ எனும் புத்தத் துறவி எழுதிய இறப்புக் கவிதை;

> 'காற்றுடன் நகரத்திற்கு
> மழையினை குழப்பியபடி
> நான்
> எந்தப் புத்தரையும் அங்கீகரிக்கவில்லை
> மின்னலின் பக்கவாதம் போன்ற
> ஒரு வெட்டலில்
> ஒரு உலகம் அதனுடைய
> உருளையை உருட்டுகிறது'.

ஜப்பானிய போர் வீரர்கள் 'சாமுராய்' என்றழைக்கப்பட்டனர். போரில் தோல்வியைத் தழுவினாலும், நாட்டின் மீதான விசுவாசத்தினாலும், மன்னர் மீதான அன்பினாலும் 'சாமுராய்'கள் தங்களின் உயிரைத் தாங்களே மாய்த்துக்கொண்டனர். உயிரைப் போக்கிக்கொள்வதற்கு முன்பாக இறப்புக் கவிதைகளைச் சாமுராய்களும் எழுதினர்.

ஜப்பானிய போர் வீரனின் மனைவியான ரோமுரா பூடா, ஒரு கவிஞருங்கூட. மன்னரின் ஆதரவாளராக இருந்தார். தனது கணவரின் இறப்புக்குப் பிறகு, புத்தத் துறவியானார். வேறொரு மன்னர் நாட்டைக் கைப்பற்றிய செய்தியறிந்ததும், தனது இறப்புக் கவிதையினை எழுதுகிறார் ரோமுரா.

> 'பயனில்லாத எனது உடலில்
> பாசிப் படர்ந்து விட்டது
> அது வளர்ந்து வருகிறது
> இதில் நாட்டுப்பற்று மட்டும்
> என்றுமே சிதைவடையாது'.

அரச விசுவாசத்தின் பொருட்டு தான் மட்டுமோ அல்லது தன் குடும்பத்தினரோடு சேர்ந்தோ உயிரைப் போக்கிக்கொள்ளும் தற்கொலைப் பழக்கத்தைப் 'செப்புகு' என்றனர்.

ஜப்பானியர்களின் இறப்புக் கவிதைகளில் காதலர்கள் எழுதிய இறப்புக் கவிதைகளுக்கும் ஒரு தனித்த இட

முண்டு. காதலர்களின் இறப்புக் கவிதைகள் அழியாத கல்வெட்டாய் நிலைத்திருக்கின்றன.

17–ஆம் நூற்றாண்டின் தொடக்கத்தில் வாழ்ந்த ஓரோகுவின் காதல் கணவன் ஓர் ஆட்சியாளன். மாமியாரின் கொடுமையிலிருந்து விடுபட நினைத்த ஓரோகு, மாமியாரைக் கொன்றுவிட்டு, தன் உயிரையும் மாய்த்துக் கொண்டாள்.

ஓரோகுவின் இறப்புக்குப் பிறகே அவரெழுதிய இறப்புக் கவிதை கண்டெடுக்கப்பட்டுள்ளது.

‘எனது நாட்கள் நீளமாகவுள்ளன.
இருண்மை இன்னும் நீடிக்கிறது
நான் உலகைவிட்டு பிரிய மாட்டேன்
இறப்பின் வழியில் மலைமீதேறி
நான் நிலவைக் கைப்பற்றுவேன்’.

புத்தத் துறவிகள், போர் வீரர்கள், காதலர்கள் என பலரும் இறப்புக் கவிதை எழுதும்போது, கவிஞர்கள் மட்டும் சும்மா இருந்து விடுவார்களா? மினமோடோ நோஷிண்டகோ, ஷிமாகி அகாஹிகோ, டோமாடா கிம்பீ உள்ளிட்ட எண்ணற்ற கவிஞர்கள், தன் வாழ்வின் இறுதிக் கணத்தை கவிதைகளால் அர்த்தப்படுத்தியுள்ளனர்.

‘ஜப்பானிய ஹைக்கூ நால்வர்’ என அழைக்கப்படும் மட்சுவோ பாஷோ, யோசா பூஸன், கோபயாஷி இஸ்ஸா, மாசாகா ஷிகி ஆகிய நால்வரும் எழுதியிருக்கும் இறப்புக் கவிதைகள் இறவாப் புகழுடைய ஹைக்கூ கவிதைகளாகத் திகழ்கின்றன.

‘பயணத்தால் நோயில் விழுந்தேன்
என் கனவுகள் அலைந்தன
காய்ந்த புற்கள் வயற்பரப்பில்’. – பாஷோ

‘தாமதமாகும் இரவுகளில்
விடியலாய் வருகின்றன
வெண்மை மலரும் பிளம்பூக்கள்’. – பூஸன்

> 'நான் வாழ்ந்தென்ன ஆகிவிடும்
> ஒரு ஆமை வாழ்கிறது
> நூறு மடங்கு கூடுதலாய்'.   – இஸ்ஸா

> 'பாத்திரம் முழுவதும் சளி
> பீர்க்கை நீரும் குணமாக்காது
> இனிமேல் என்னை'.   – ஷிகி

வாழ்வின் இறுதி நாட்களை நெருங்கியதை அறிந்ததும் இறப்புக் கவிதைகளை எழுதும் வழக்கம் சீனாவிலும் கொரியாவிலும் இருந்ததை தக்க சான்றுகளுடன் இரு கட்டுரைகளில் (8 மற்றும் 9) எடுத்தியம்பியுள்ளார் பல்லவி குமார்.

இந்தியாவில் இறப்புக் கவிதை, தமிழ் இலக்கியத்தில் இறப்புச் சிந்தனைகள் எனும் நூலின் நிறைவான இரு கட்டுரைகளும் இந்தியாவிலும், தமிழகத்திலும் எழுதப் பட்ட பல கவிதைகள் இறப்பைப் பற்றிய சிந்தனைகளை முன்வைக்கிறதேயொழிய, ஜப்பானிலும், சீனாவிலும், கொரியாவிலும் எழுதப்பட்டதுபோல் இறப்புக்கு முன் எழுதும் இறுதிக் கவிதைகளாக அவை இல்லை என்பதைச் சுருக்கமாகப் பகிர்கின்றன.

சுதந்திர இந்தியாவின் முதல் பிரதமரான பண்டித ஜவஹர்லால் நேருவின் இறப்புக்குப் பிறகு, அவரது தலை யணைக்கு அடியில் இருந்த துண்டுக் காகிதத்தில் இருந்த சிறு கவிதை ஆங்கிலக் கவிஞர் ராபர்ட் ஃப்ராஸ்டின் என்பவருடையது என்கிற தகவலும், முன்னாள் பிரதமர் அடல் பிஹாரி வாஜ்பாய் எழுதிய கவிதைகளுள், 'மரணத் தோடு மோதி விட்டேன்' எனும் கவிதையும் ஒன்று என்பதையும் நமக்கு அறியத் தந்துள்ளார்.

தமிழ் நிலத்தில் வாழ்ந்த சித்தர்கள் வாழ்வின் பிறப்பு, இறப்பு, இன்பம், துன்பம் என சகலத்தையும் பாடியுள்ள போதிலும், தங்களுக்கான இறப்புக் கவிதையை யாரும் எழுதிடவில்லை. அல்லது அவை நமக்கு கால வெள்ளத் தில் கிட்டாமலும் போயிருக்கலாம்.

சோழ மன்னன் செங்கணானிடம் போரில் தோற்ற சேர மன்னன் கணைக்கால் இரும்பொறை, தாகத்தில் வாட, வேண்டுமென்றே சிறைக் காவலன் தாமதமாக நீர் தந்தான். மனம் வருந்திய சேரன் இரும்பொறை,

'குழவி இறப்பினும் ஊன்தடி பிறப்பினும்,
ஆல் அன்று என்று வாளின் தப்பார்...
தாம் இரந்து உண்ணும் அளவை
ஈன்மரோ, இவ்வுலகத்தானே?'

– என்று பாடிவிட்டு உயிர் நீத்ததாகப் புறநானூறு பாடலொன்று (எண்: 74) தெரிவிக்கிறது. அவ்வாறெனில், இதுவே நமக்கு கிட்டிய தமிழின் இறப்புக் கவிதை எனலாம்.

'நான் நிரந்தரமானவன் அழிவதில்லை;
எந்த நிலையிலும் எனக்கு மரணமில்லை'

– என்று கவியரசர் கண்ணதாசன் எழுதியதுபோல், ஜப்பானிலும் சீனாவிலும் கொரியாவிலும் எழுதப்பட்ட இறப்புக் கவிதைகளான இறுதிக் கவிதைகள், பல நூற்றாண்டுகளைக் கடந்தும் இன்னமும் பேசுவதற்கும் விவாதிப்பதற்கும் சிந்திப்பதற்குமான பல்வேறு எண்ணங் களைத் தந்துகொண்டே இருக்கின்றன.

தனது பலதரப்பட்ட வாசிப்பினூடாகவும், தமிழுக்குப் புதியனவற்றை கொண்டுவந்து சேர்க்க வேண்டும் எனும் ஆர்வத்தினாலும் இந்த தொகுப்பினைத் தந்துள்ளார் கவிஞர் பல்லவி குமார். இத்தொகுப்பில் இடம்பெற்றுள்ள கட்டுரைகள் பல்லாண்டுகளுக்கு முன்பே கணையாழி, இனிய உதயம், சிகரம், சங்கு, திசை எட்டும், தமிழ் நெஞ்சம், விடியல், தமிழ்ப் பல்லவி ஆகிய இதழ்களில் வெளியாகி கவனம் பெற்றவையே. ஆனபோதிலும் மொத்த மாக ஒரே நூலாக வருகையில் இறுதிக் கவிதைகளின் தனித்துவமான சிறப்பும், இக்கவிதைகளை எழுதியவர் களின் எண்ணவோட்டங்கள் சாகும் தறுவாயில் கூட எவ்வாறு பண்பட்டிருந்தன என்பதனை மீள்சிந்தனைக்கு

உட்படுத்தும் பெருவாய்ப்பினையும் நமக்கு வழங்குகின்றன. இப்படியொரு நூலினைத் தந்திருக்கும் கவிஞர் பல்லவி குமார் பாராட்டுக்குரியவர். தனது செழுமையான கவித்துவமான மொழிபெயர்ப்பால் வாசிப்புக்கு சற்றும் தடையின்றி நம்மை அழைத்துச் சென்றுள்ளார்.

இந்தத் தொகுப்பு முழுவதும் நிரம்பியிருப்பவை இறுதிக் கவிதைகள் தான் என்றாலும், இறந்த பின்னும் உயிர்த் திருக்கும் கவிப்பூக்களாக நம் மனங்களில் தங்கி விடுவதே இக்கவிதைகளின் சிறப்பென்று உறுதியாகச் சொல்லலாம்.

*

உதிரும் பூக்களின் இறுதிக்கவிதைகள்
பல்லவி குமார்
தமிழ்ப் பல்லவி வெளியீடு,
விருத்தாசலம் – 606 001.

தமிழ்ச் சிறுகதை: அரை நூற்றாண்டு அகமும் புறமும்

1913–இல் பாரதியார் எழுதிய 'ஆறில் ஒரு பங்கு' சிறுகதையே தமிழின் முதல் சிறுகதை என்றும், 1915–இல் வ.வே.சு.ஐயர் எழுதிய 'குளத்தங்கரை அரசமரம்' கதை தான் முதல் சிறுகதை என்றும் ஆய்வாளர்களால் இருவேறு கருத்துகள் சொல்லப்பட்டு வருகின்றன. இந்நிலையில், நெல்லையைச் சேர்ந்த சாமுவேல் பவுல் ஐயர் ஆசிரியர் பொறுப்பேற்று நடத்திய 'நற்போதகம்' இதழில் 1877–ஆம் ஆண்டில் அவரெழுதிய 'சரிகைத் தலைப்பாகை' எனும் சிறுகதை தமிழின் முதல் சிறுகதை என்றும் சொல்லப்படுகிறது. தமிழின் முதல் சிறுகதை எது என்கிற ஆராய்ச்சி ஒருபுறம் நடைபெற்று வந்தாலும், தமிழில் சிறுகதை எனும் வடிவம் அறிமுகமாகி, ஒரு நூற்றாண்டினைக் கடந்திருக்கும் நிலையில், இதுவரை கடந்து வந்த பாதையைச் சற்றே திரும்பிப் பார்க்கவும், தமிழ்ச் சிறுகதைகளின் தொடக்ககால முன்னோடிகளைப் பற்றி இன்றைய தலைமுறை அறிந்துகொள்வதற்குமான

முன்னெடுப்பாக வெளிவந்திருக்கிறது ச.தமிழ்ச்செல்வனின் 'தமிழ்ச் சிறுகதையின் தடங்கள்' எனும் பெருந்தொகுப்பு.

கார்த்திகேசு சிவத்தம்பி 1967-ஆம் ஆண்டில் எழுதிய 'தமிழில் சிறுகதையின் தோற்றமும் வளர்ச்சியும்', 1977-இல் அ.சிதம்பரநாதன் செட்டியார் எழுதிய 'தமிழில் சிறுகதையின் தோற்றமும் வளர்ச்சியும்', பெ.கோ.சுந்தரராஜன் (சிட்டி), சோ.சிவபாதசுந்தரமும் இணைந்தெழுதிய 'தமிழில் சிறுகதை வரலாறும் வளர்ச்சியும்' உள்ளிட்ட இன்னபிற நூல்கள், தமிழ்ச் சிறுகதை எழுதப்பட்ட கால வரலாற்றையும், அன்றைய நாளில் எழுதப்பட்ட கதைகளையும் முன் வைத்துப் பேசின. ஆனால், ச.தமிழ்ச்செல்வன் எழுதியிருக்கும் இந்நூல், சிறுகதைகளைப் பற்றி மட்டுமில்லாமல், அவற்றை எழுதிய எழுத்தாளர்களைப் பற்றியும் எழுதியிருப்பதில் தனித்துவம் பெறுகிறது.

'படைப்பைப் பார்; படைப்பாளியைப் பார்க்காதே' என்றொரு வாதம் இலக்கிய உலகில் உண்டு. ஒருவரின் அரசியலைப் புரிந்துகொள்ள படைப்பை மட்டும் பார்த்தால் போதாது. அவர் வாழ்ந்த வாழ்க்கை, படித்த படிப்பு, நட்பு வட்டம், பொருளாதார நிலை, வாழ்ந்த இடம், பொது வாழ்வுடன் அவருக்கு இருந்த தொடர்பு போன்றவை ஒரு வாசகருக்குத் தெரிய வேண்டும். கிடைத்தவரை ஒவ்வொரு படைப்பாளியின் வாழ்க்கைக் குறிப்புகள் இக்கட்டுரைகளில் கொடுக்கப்பட்டுள்ளன' என்று முன்னுரையில் நூலாசிரியர் கூறியிருப்பதற்கேற்ப, சிறுகதையாளர்களின் வாழ்க்கை வரலாறும், அவர்களது உரைகளும், நேர்காணல்களும் தேவையான இடங்களில் மேற்கோளாகச் சுட்டப்பட்டுள்ளன.

தமிழின் முதல் சிறுகதையாசிரியரென நூலாசிரியர் ஏற்றுக்கொண்ட வ.வே.சு. ஐயர் தொடங்கி, கந்தர்வன் வரை 57 தமிழ்ச் சிறுகதையாளர்களைப் பற்றி எழுதப்பட்டிருக்கும் கட்டுரைகளில் சில எழுத்தாளர்களைப் பற்றி மிக விரிவாகவும் (தி.ஜானகிராமன் – 46 பக்கங்கள், கி.ராஜ நாராயணன் – 59 பக்கங்கள்), சில எழுத்தாளர்களைப் பற்றி

மிகச் சுருக்கமாகவும் (வை.மு.கோதைநாயகி அம்மாள் – 4 பக்கங்கள், கலைஞர் மு.கருணாநிதி – 3 பக்கங்கள்) எழுதியிருக்கிறார். சுருக்கமாக எழுதினாலும் எழுத்தாளரின் கதைகளில் மனம் தோய்ந்து எழுதும் நூலாசிரியரின் எழுத்து நடை, வாசகனுக்கு மிக நெருக்கமானதாக அமைந்து விடுகிறது.

சிறுகதை எழுதப்பட்ட காலம், கதை மாந்தர்கள், அவர்களின் வாழ்க்கைப் பாடுகள், அக்கதைகளினூடாக எழுத்தாளர் முன்னிறுத்திய சமூகப் பிரச்சினைகள் பற்றியும் தனது பார்வையை எவ்வித சமரசமுமின்றி இக்கட்டுரைகளில் ச.தமிழ்ச்செல்வன் பதிவு செய்துள்ளார். புதுமைப்பித்தன், கு.ப.ராஜகோபாலன், கு.அழகிரிசாமி, ஜெயகாந்தன், கி.ராஜநாராயணன் ஆகியோரின் கதைகளை விவரிக்கையில், அக்கதைகளுக்குள் நம்மையும் ஒருவராக்கி உலவவிடும் அதிசயத்தை நிகழ்த்தியுள்ளது தமிழ்ச்செல்வனின் எழுத்து.

தான் கதைகள் எழுதுவது குறித்தும், தனது எழுத்தின் நோக்கம் குறித்தும் எழுத்தாளர்கள் ந.பிச்சமூர்த்தி, தி.ஜானகிராமன், இந்திரா பார்த்தசாரதி, சுந்தர ராமசாமி, சுயம்புலிங்கம், தஞ்சை பிரகாஷ் ஆகியோர் கூறியிருப்பதையே மேற்கோளாகச் சுட்டி, அவர்களது கதைகளைப் பற்றி நூலாசிரியர் மதிப்பீடு செய்வது ஏற்கத்தக்க அணுகுமுறையாக உள்ளது.

தொடக்ககாலத்தில் சிறுகதைகளை எழுதியவர்கள், அவற்றை பிரசுரித்த பத்திரிகைகள், கதைகளில் வெளிப்பட்ட சிந்தனைப்போக்குகள் ஆகியவற்றின் அடிப்படையில் ஆறு வகையாக தமிழ்ச் சிறுகதைகளை வகைப்பிரித்து கூறியிருப்பது, அவற்றைப் பற்றி மதிப்பீடு செய்வதற்கான நேர் வழிப்பாதையை அமைத்து தந்துள்ளது.

சிறுகதைகளுக்கான தனித்த இயக்கம் போல் செயல்பட்ட மணிக்கொடி, எழுத்து பத்திரிகைகளில் வெளியான சிறுகதைகள், ஆனந்த விகடன், குமுதம், சாவி, குங்குமம்

ஆகிய வெகுசன இதழ்களில் வெளியான கதைகள், சாந்தி, சரஸ்வதி, செம்மலர், சிகரம் போன்ற இடதுசாரி சிந்தனையாளர்கள் நடத்திய இதழ்களில் 'கலை இலக்கியம் யாவும் மக்களுக்கே' எனும் நோக்கத்துடன் எழுதப்பட்ட கதைகள், சுயமரியாதை, மூட நம்பிக்கை எதிர்ப்பு, கடவுள் மறுப்பு, பெண் விடுதலை போன்ற உள்ளடக்கத்துடன் எழுதப்பட்ட திராவிட இயக்கச் சிந்தனையாளர்களின் கதைகள், 1960-களுக்குப் பிறகு ஒடுக்கப்பட்ட மக்களின் மனவெழுச்சியுடன் எழுதப்பட்ட தலித்திய கதைகள், 1980 -களில் புதிய உத்வேகத்துடன் பெண்களுக்கான சமூக அநீதிகளை நோக்கிக் கேள்வி கேட்ட பெண் எழுத்தாளர் களின் கதைகள் என்பதாக வகைப் பிரித்து கூறுவது தமிழ்ச் சிறுகதைகளின் அகத்தையும், தமிழ்ச் சமூகத்தின் புறத்தையும் உள்வாங்கிக்கொள்ள பேருதவியாக உள்ளது.

'பெண் படைப்பாளிகள்' எனும் தலைப்பில் வை.மு. கோதைநாயகி அம்மாள், கமலா விருத்தாச்சலம், மூவலூர் ராமாமிர்தம் அம்மாள், கு.ப.சேது அம்மாள் ஆகியோரைப் பற்றியும், 'திராவிட இயக்க எழுத்தாளர்கள்' எனும் தலைப்பில் கலைஞர் மு.கருணாநிதி, இராம அரங்கண்ணல், ஏ.வி.பி.ஆசைத்தம்பி, டி.கே.சீனிவாசன், எஸ்.எஸ்.தென்னரசு ஆகியோரைப் பற்றியும் எழுதப்பட்டுள்ளவை மிகச் சுருக்கமாக இருந்தாலும் மிகவும் அவசியமான அறிமுகக் கட்டுரைகளாகவே உள்ளன.

இக்கட்டுரைகளை எழுதுவதற்காக இரு நூற்றுக்கும் மேற்பட்ட நூல்களையும், மூவாயிரத்துக்கும் மேற்பட்ட சிறுகதைகளையும் வாசித்து, அவ்வாசிப்பினூடாக இதனை எழுதியிருக்கும் நூலாசிரியரின் பெரும் உழைப்பினைப் பாராட்டாமல் இருக்க முடியாது.

இந்த நூலை இடதுசாரி ஆய்வாளர் எனும் நிலையி லிருந்து மட்டும் எழுதாமல், தானுமொரு சிறுகதை எழுத்தாளர் (வெயிலோடு போய்... - 1984, வாளின் தனிமை - 1990) என்கிற நிலையிலிருந்து பார்த்தும் உணர்ந்தும் எழுதியுள்ளார் ச.தமிழ்ச்செல்வன்.

பெருந்தொகுப்பென்றாலும் இதிலும் விடுபடல்கள் உள்ளன. ஆர்.சூடாமணி, சுஜாதா, மேலாண்மை பொன்னுச்சாமி, இராசேந்திர சோழன் (அஸ்வகோஷ்) உள்ளிட்ட பல படைப்பாளிகளையும், குறிப்பாக இலங்கை யைச் சேர்ந்த சிறுகதை எழுத்தாளர்களும் விடுபட்டுள்ள தாக நூலாசிரியரே குறிப்பிட்டுள்ளார்.

சிறுகதை முன்னோடிகள் பற்றிய கட்டுரைகள் மட்டுமே அடங்கிய இந்நூலில், தற்கால சிறுகதையாசிரியர்கள் எவரின் பெயரும் படைப்பும் இடம்பெறவில்லை. ஆனால், சிறுபான்மை மக்கள் வாழ்வினை முன்வைக்கும் படைப் பாளர்கள் என தற்கால எழுத்தாளர்களைப் பற்றிய குறிப்பில் ஓரிருவரின் பெயர்களை மட்டும் குறிப்பிடுகிறார். ச.தமிழ்ச்செல்வன் எழுதியுள்ள இக்கட்டுரைகளில் உரத்த குரலுமில்லை; ஒடுங்கிய குரலுமில்லை. சக பயணியின் அருகமர்ந்து பேசும் நெருக்கமும், நம் முன்னோடிகளின் பங்களிப்பினைப் பரவலாகக் கொண்டு சேர்க்கும் எண்ணமுமே மேலோங்கியுள்ளன.

தமிழ்மொழி புதிதாக வரித்துக்கொண்ட வடிவம் சிறுகதை. நூற்றாண்டுச் சிறுகதைத் தடத்தின் முதல் ஐம்பதாண்டுகளின் ஆகச் சிறந்த கதைகளைப் பற்றியும் அதன் ஆசிரி யர்கள் பற்றியும் எழுதப்பட்டுள்ள இந்நூல், கையேடாக, வழிகாட்டியாக, விமர்சனமாக, பரிந்துரையாக அமைந்திருப்பதில் ச.தமிழ்ச்செல்வனின் ஆழ்ந்த வாசிப்பு வெளிப்படுகிறது. சிறந்த சிறுகதையாசிரியரான இவர், இலக்கிய ஆய்வாளராகவும் தடம் பதித்துள்ளார்.

*

முதல் ஐம்பது ஆண்டுகள்
தமிழ்ச் சிறுகதையின் தடங்கள்
ச.தமிழ்ச்செல்வன்
பாரதி புத்தகாலயம்,
சென்னை – 600 018

இருளை அழித்த பிறைகளின் பெருவெளிச்சம்

நாம் பிறந்த தேசத்தை அன்னை தேசம் என்றும், பேசும் மொழியை தாய்மொழி என்றும், நாட்டில் ஓடுகிற ஆறுகளையெல்லாம் பெண்களின் பெயராலும் அழைத்துப் பெருமைப்படுகிறோம். சக்தி, மாகாளி, அம்மன் என்று பெண் தெய்வங்களுக்கும் இங்கு பஞ்சம் இல்லை. ஆனாலும் காலமெல்லாம் நம்மோடு சேர்ந்து வாழும் பெண்ணை, எப்போதும் சக மனுஷியாய் மதித்திருக்கிறோமா எனும் கேள்வி ஒவ்வொரு ஆண் மனதிலும் எழ வேண்டிய தருணமிது.

தாயாய், சகோதரியாய், தாரமாய், மகளாய் என எத்தனை உருவங்களை எடுத்தாலும், பெண் என்பவள் என்றைக்கும் ஆணுக்கு அடங்கி நடப்பவள், பலவீன மானவள் என்கிற கற்பிதங்களே காலங்காலமாகப் போதிக் கப்பட்டு வருகின்றன.

ஆதிமனிதன் குகைகளில் வாழ்ந்த காலத்தில் ஆண் பெண் எனும் பாலினப் பிரிவினை ஏதும் இருந்ததில்லை. தொடக்கக் கால வேட்டைச் சமூகத்தில் தன் குடும்பத்தை தலைமையேற்று வழிநடத்தியது பெண்தான். தாய் வழிச் சமூகத்தில் பெண்ணே குடும்பத்தின் தலைவியாகவும், வலிமை மிக்கவராகவும் விளங்கினார்.

கி.மு.3500–இல் தொடங்கிய தாய் வழிச் சமூகத்தின் வீழ்ச்சிக்குப் பின், தந்தை வழிச் சமூகம் தலை தூக்கியது. அதிகாரத்தைக் கையிலெடுத்தது. தனக்கான உடமைப் பொருள்களுள் ஒன்றாகப் பெண்ணையும் பாவிக்கத் தொடங்கியது ஆணாதிக்கம்.

உலகின் நாகரீகங்கள் வளர்ந்ததாகச் சொல்லப்படும் எகிப்து, கிரேக்கம், ரோமானியம் மற்றும் இந்தியாவில் தொடக்கக் காலத்தில் ஆண் தெய்வங்கள் இருந்ததாகச் சான்றுகள் ஏதுவும் கிடைக்கவில்லை. ஆனால் உலகெங்கும் பெண்ணைத் தெய்வமாக வழிபட்டதற்கான ஆதாரங்களே கிடைத்துள்ளன. மட், ஐஸிஸ் எனும் பெண் தெய்வத்தை எகிப்தியர்களும், சிபெல், ஜியா, ஆர்டிமெஸ், தெமிடர் எனும் பெண் தெய்வங்களைக் கிரேக்கர்களும், டையானா, ஜீனோ, இஷ்தார் ஆகிய தெய்வங்களை மெசபடோமிய மக்களும் வழிபட்டுள்ளனர்.

இந்தியாவிலுள்ள பெரும்பான்மையானவர்களின் மதம் என்று சொல்லப்படுகிற இந்து மதத்தில் ரிக், யஜூர், சாம, அதர்வன என நான்கு வேதங்கள் உள்ளன. இதில் மூத்த வேதமெனப்படும் ரிக் வேதத்தில் சிவன் எனும் ஆண் தெய்வம் பற்றி எவ்வித குறிப்புமில்லை. இதில் இடம்பெறும் ருத்ரன் என்ற கடவுளை, பிறகு சிவனோடு ஒப்பீடு செய்தாலும் இருவரும் ஒன்றல்ல என்பதே உண்மை. ஆனால், அதில் சக்தி தேவியின் ஆற்றல் இடம் பெற்றுள்ளது.

தொன்மைமிக்க தமிழ் மொழியின் பழமையான இலக்கிய நூலான தொல்காப்பியத்தில் முருக கடவுள்

பற்றிய குறிப்பு எதுவுமில்லை. ஆனால், சிங்கத்தின் மேல் உலாவரும் கொற்றவை, தமிழர்களின் தெய்வமாகக் குறிக்கப்படுகிறார்.

பிறப்பு முதல் இறப்பு வரை இந்துக்களின் வாழ்க்கையில் பின்பற்ற வேண்டிய சடங்குகள், சம்பிரதாயங்கள், அற ஒழுக்க விதிமுறைகளைக் கூறும் நூலெனச் சொல்லப்படுகிற மனு தர்ம சாத்திரத்தில், பெண்களை எப்படி நடத்த வேண்டும் என்று கூறியுள்ளதை அறியும்போது, பெண் ணைப் பிறபோக்கு தனத்துடன் பார்க்கும் அதன் கீழான பார்வை மீது கோபம் எழுகிறது.

'இவ்வுலகில் ஆண்களை மயக்குவதே பெண்களின் இயல்பு. எனவேதான் பெண்களிடம் பழகும்பொழுது விவேகிகள் எப்போதும் விழிப்புடனிருக்கிறார்கள்.' (மனு – 2.213)

'படைப்பிலேயே கடவுள் பெண்களுக்கு ஒதுக்கியுள்ள குணங்கள் படுக்கை மோகம், பதவி தாகம், ஆபரண ஆசை, கேடான ஆசைகள், கோபம், நேர்மையின்மை, வஞ்சகம், தீயநடத்தை ஆகியவை.' (மனு 9.17)

'குழந்தைப் பருவத்தில் தந்தையின் பாதுகாப்பிலும், இளமையில் கணவன் பாதுகாப்பிலும், முதுமையில் மகன் களின் பாதுகாப்பிலும் பெண்கள் இருத்தல் வேண்டும். பெண் எப்பொழுதும் சுதந்திரமாக இருப்பதற்குத் தகுதி யற்றவள்.' (மனு – 9.3)

தன்மானமும், சுய சிந்தனையுமுள்ள எந்த பெண்ணாலும் ஏற்றுக்கொள்ளவே முடியாத கீழான பார்வையுடைய கருத்துக்களைப் பெண் மீது திணித்துள்ளது இந்து சனாதன தர்மம்.

தந்தை பெரியார் இந்து மதத்தின் மீது தனது காட்டமான விமர்சனத்தை முன்வைக்க பெண்ணடிமைத்தனத்தை இந்து மதம் தூக்கிப் பிடித்ததும் முக்கிய காரணமாக இருந்தது. ஆணின் வயிற்றுப் பசிக்கும், உடற்பசிக்கும்

இரை போடுபவள் அல்ல பெண் எனும் சித்திரத்தைத் தமிழ்ச் சமுதாயத்தில் மிக ஆழமாகக் கொண்டு சென்றவர் பகுத்தறிவுப் பகலவன் தந்தை பெரியார்.

கல்வியெனும் ஒளியேந்தி பெண்கள் நடக்கையில், எதிர்வரும் தடைகள் பொடிபடும் என்பதை உணர்ந்தே, பெண்கள் கல்வி கற்க வேண்டுமென்பதைப் பெரிதும் வலியுறுத்தினார் பெரியார். இன்றைக்கு பல்வேறு துறைகளிலும் பெண்கள் முன்னேறி, தடம் பதித்து வருகிறார்கள். ஆனாலும் பல்லாயிரமாண்டு பழமையான பிற்போக்கு கருத்துகள் வேரூன்றிப்போன இந்திய சமூகத்தில் இன்னமும் பெண்ணுக்கான ஒடுக்குமுறைகள் வேறுவேறு வடிவில் தொடரவே செய்கின்றன.

உலகில் பெண்களுக்கு ஆபத்தான நாடுகளின் பட்டியலில் இந்தியா முதலிடத்தில் இருப்பதாக 2018 –ஆம் ஆண்டில் தாம்ஸன் ராய்ட்டர்ஸ் அறக்கட்டளை வெளியிட்ட அறிக்கையில் கூறப்பட்டுள்ளது மிகுந்த வேதனைக்குரியது. உலகம் முழுவதிலுள்ள 193 நாடுகளில் நடத்தப்பட்ட ஆய்வுகளில், பெண்களின் பாதுகாப்புக்கு மத்திய – மாநில அரசுகள் எந்த முக்கியத்துவமும் தருவது இல்லை என்பதும் இந்த அறிக்கையில் கூறப்பட்டுள்ளது.

2007 முதல் 2016 வரையிலான 10 ஆண்டுகளில் இந்தியாவில் பெண்களுக்கெதிரான குற்றங்கள் 83 விழுக்காடு அதிகரித்துள்ளது. இதில் தமிழ்நாட்டின் நிலைமையும் வருந்தத்தக்க அளவில் இருந்துள்ளது. 2013–ஆம் ஆண்டில் 7475, 2014–ஆம் ஆண்டில் 7980, 2015–ஆம் ஆண்டில் 8,000 என பெண்களுக்கு எதிரான குற்றங்களின் எண்ணிக்கை தமிழ்நாட்டில் அதிகரித்துக் கொண்டே செல்கிறது. பாலியல் சீண்டல், வரதட்சணைக் கொடுமை, குடும்ப வன்முறை, பெண் உடல் உறுப்புகளைச் சிதைத்தல் உள்ளிட்ட குற்றங்கள் இவற்றுள் அடங்கும்.

ஒரு மணி நேரத்தில் பெண்களுக்கு எதிரான பாலியல் குற்றங்கள் நான்கு நடைபெறுவதாக தேசிய குற்ற ஆவண

காப்பகத்தின் அறிக்கை கூறுகையில் நம் மனம் பதறவே செய்கிறது.

ஆசியப் பெண்கவியான நிலா குப்தாவின் கவிதை யொன்று இப்போதெல்லாம் அடிக்கடி என் நினைவுக்கு வருகிறது.

'...காற்றில் கூக்குரலிடும் பெண்
உதவ வேண்டி கூக்குரலிடும் இப்பெண்ணுக்கு
உதவிக்கு எவரேனும் வரும் வரைக்கும்
ஓய்வுகொள்ள முடியாது...'

உண்மைதான்; கூக்குரலிடும் பெண்ணின் குரலுக்கு செவி மடுக்காத காதுகளால் இந்தச் சமுதாயத்தில் எந்த பயனும் விளைந்துவிடாது. மாறாக, பெண்ணின் அபயக் குரல் எழாத வண்ணம், ஆணும் பெண்ணும் சமமென வாழும் சமத்துவ சமுதாயம் இந்த மண்ணில் செழித்து வளர வேண்டும்.

இன்னமும்கூட பெண்களின் பங்கேற்பென்பது சில துறைகளில் மிகக் குறைந்த எண்ணிக்கையிலேயே இருக் கிறது. காலத்தின் கண்ணாடி என அழைக்கப்படும் படைப் பிலக்கியத்திலும் பெண்களின் பங்களிப்பு இன்னமும் அதிகரிக்கப்பட வேண்டும். என்றாலும், நவீன அறிவியல் தொழில்நுட்பம் கைக்கு மிக அருகில் தந்துள்ள எழுதும் வாய்ப்பினைப் பயன்படுத்தி, இன்றைக்கு பல பெண் படைப்பாளர்கள் தமிழில் தனித்தடம் பதித்து வரு கிறார்கள்.

கடந்த காலங்களைக் காட்டிலும் தற்போது கவிதை, சிறுகதை, நாவல், விமர்சனம், மொழிபெயர்ப்பு என அனைத்து இலக்கிய வகைமைகளிலும் பெண்கள் தங்களது பங்கேற்பையும், பங்களிப்பையும் ஆக்கப்பூர்வமான வகை யில் படைத்துவருவது நம்பிக்கையளிப்பதாக உள்ளது. குறிப்பாக, கவிதைகளில் பெண் மொழியிலான கவிதைகள் செறிவோடும் புது வீரியத்தோடும் எழுதப்பட்டு வருவதை

எவரும் மறுப்பதற்கில்லை. தமிழ்க் கவிதை வெளியில் இதுவரை பதிவு செய்யப்படாத வாழ்வியலின் இருள் அடர்ந்த பக்கங்களின்மீது புத்தொளிப் பாய்ச்சி, பொது வெளியின் வாசிப்பு எல்லைக்குள் பேசுபொருளாக அவற்றை ஆக்கிய பெருமை பெண் கவிகளையே சாரும். அப்படியாக உலகின் பல திசைகளிலிருந்தும் எழுதிக் கொண்டிருக்கும் தமிழ்ப் பெண் கவிகளின் சங்கமமாக, ஒரு நூறு கவிஞர்களின் கவிதைகளை 'மகடூஉ 100' எனும் தலைப்பின்கீழ் ஒரே நூலாகத் தொகுத்து தந்துள்ள கவிஞர் அருணாசுந்தரராசனின் பெரும்பணி பாராட்டுக்குரியது.

தீர்க்கமான சிந்தனைகளால் ஆணாதிக்கத்தை வேரோடு வெட்டிச்சாய்த்த தந்தை பெரியார், மகாகவி பாரதியார், புரட்சிக் கவிஞர் பாரதிதாசன் ஆகிய மூவருக்கும் இந்த நூலினைச் சமர்ப்பித்திருப்பது சாலப் பொருத்தமானது.

'மகடூஉ' எனும் சங்கப் பாடலில் இடம்பெற்ற சொல் லானது 'பெண்'ணைக் குறிப்பதாக அமைந்தாலும், இந்த தொகுப்பில் கவிதைகளை எழுதியுள்ள எல்லா பெண் கவிஞர்களுமே பெண்ணை மட்டும் குறிக்காமல், சமூகம் குறித்த ஆழ்ந்த அக்கறையோடும் தமது கவிதைகளைப் படைத்திருக்கிறார்கள் என்பது குறிப்பிடத்தக்கது.

'ஓயாத அலைகளில்
ஓராயிரம் நிறங்கொண்ட பெண்
தீராப் பிரியங்களின் பெருவெளி'

– என முதல் கவிதையிலேயே பேரண்டத்தின் பெரு வெளியில் ஓராயிரம் நிறங்கொண்ட அன்பின் பேருரு வாகப் பெண்ணை முன்நிறுத்தியுள்ளார் கவிஞர் மீரா வாணி (மலேசியா).

'பூவாகி, காயாகி,
கனியாகித் தழைத்திடுமே சிறுவிதை
ஊனாகி, உயிராகி, மதியாகி வாழ்ந்திடுமே
பெண் கவிதை'

– என்றெழுதியிருக்கும் பத்மலோசினி (ஐக்கிய அரபு அமீரகம்), பெண்ணைக் கவிதையாக உருவகித்திருப்பது இன்னொரு பேரழகு.

'பிறந்தேன் பெண்ணாக' எனும் கவிதையை எழுதி யிருக்கும் கவிஞர் செல்மா மீரா –

'மனப்பூர்வமாக உணர்கின்றேன்
என் பிறப்பின் வலிதனை'

– எனும் கவிதையின் முடிப்பில் வாசிப்பாளனுக்குள்ளும் வலியினைக் கடத்திப்போகிற ரசவாதத்தை வெகுஇயல்பாக நிகழ்த்தி விடுகிறார்.

'மீளாச் சுருள் பிழை' என கவிதையின் தலைப்பிலேயே நம்மை ஈர்க்கும் கவிஞர் தென்றல், 'ஆணிலும் ஆற்றாமை உண்டு; பெண்ணிலும் பேராண்மை உண்டு' எனும் பேருண்மையினைப் போட்டுடைக்கிறார்.

'தூரதேசத்துத் தூறல்' எனும் கவிதையில் –

'ஓடி ஓடி உழைத்து உருக்குலைந்த தாயே
யார் வருவார்
உன் உணர்வுகளுக்கு
ஒளியேற்ற?'

– எனும் உள்ளீடான கேள்வியை அழுத்தமாக எழுப்பி யுள்ளார் பிரான்சில் வாழும் கவிஞர் கயல்விழி.

'என்ன இருக்கிறது என் மொழியில்?' எனும் கேள்விக் கொக்கியை நம் மீது வீசிவிட்டு –

'ஓர் அனாதை போல்
அலைகின்ற போது
என் மொழி மட்டும்தான்
முத்தம் கொடுத்து அம்மாவாகிறது'

– என தாய்மொழியின் சிறப்பினை அம்மாவாக்கியுள்ள கவிஞர் சுதா மாணிக்கத்தின் கவிதையை ரசிக்க முடிகிறது.

வட அமெரிக்காவில் வாழும் கவிஞர் ப்ரியா பாஸ்கர னின் 'அன்றைய நாள்' கவிதையில் வரும் பல்லியை போலவே, படித்த பிறகு நமது மனமும் 'உச்' கொட்டுகிறது.

'பறவைகளுக்கு இறகுகள் பொருத்தியவளாக'ப் பெண்ணைப் பார்க்கும் கவிஞர் செ.புனிதவதி –

'காலக்கீறல்களை முதுகில் சுமந்து
மீண்டும், மீண்டும் உயிர்த்தெழுதல் பற்றிப்
பறவைகளுக்கே கற்றுத்தந்தவள்
இவள்
இவள் தன் சிறகுகளை
நம்பும் சுயம்பி'

– என்று பெண்ணிற்கு சுயநம்பிக்கையைக் கிரீடமெனச் சூட்டி மகிழ்ந்துள்ளார்.

'கொற்றவை நீயாகு' எனும் ஆதினியின் (இலங்கை) குரலும், 'போதிமரம் செல்லாமலேயே புத்தி தெளிந்தது' எனும் த.ச.பிரதீபா பிரேமின் (அமெரிக்கா) வரிகளும், 'பாயில் படுத்துறங்க தேடும் தாய்மண்ணை' என்று சொல்லும் சாரதா பரநிருபசிங்கத்தின் (கனடா) மனமும், 'போர்க்குணம் கொண்டெழு' என ஆர்ப்பரிக்கும் தமிழ்க் கிழவியின் (இலண்டன்) ஆவேசமும் தனித்து கவனிக்க வைக்கின்றன. நூறு கவிஞர்களின் நூறு கவிதைகளிலும் புதுப்புது வாசம்; தெளிவான பார்வை கொண்ட வற்றாத அன்பின் நேசம்.

மக்கள் சீனக் குடியரசை நிறுவிய புரட்சி நாயகன் மாவோ, 'நூறு பூக்கள் மலரட்டும்' என்றார். இதோ... எங்கள் அன்புக்கவிஞர் அருணாசுந்தரராசன், நூறு கவிமலர் களை ஒரே ஆரமாக்கி, தமிழன்னையின் கழுத்தில் பாமாலையாகச் சூட்டியுள்ளார். பழமைவாத சிந்தனை களை, பெண்ணடிமை போக்குகளை, பெண் உடல் மீதான தாக்குதல்களை, பெண் குழந்தைகளின் மீது நிகழ்த்தப்படும் பாலியல் சீண்டல்களை என சகல சமூக

இருள் பகுதிகளின் மீதும் பேரொளிப் பாய்ச்சும் பிறை நிலாக்களாக இந்நூலிலுள்ள கவிஞர்கள் மிளிர்கிறார்கள். இந்தப் பேரொளி இன்னும் இன்னுமாகப் படரட்டும். உலகெங்கும் தமிழ்க் கவிதைகளின் மணமும் பரவட்டும். பேரன்பின் வாழ்த்துகள்... கவிஞர்களே!

*

மகடூஉ 100
(நூறு பெண் கவிஞர்களின் கவிதைகள்)
தொகுப்பு: அருணாசுந்தரராசன்
வளரி எழுத்துக்கூடம்,
மானாமதுரை.

வார்த்தை வலைகளைத் தாண்டிக் குதிக்கும் வன மீனொன்று...

'**ஹை**க்கூ இலக்கணத்தை நன்கு கற்றுக்கொள்ளுங்கள்; அப்புறம் மறந்து விடுங்கள்' என்று சொன்னார் 'ஜப்பானிய ஹைக்கூவின் தந்தை' மட்சுவோ பாஷோ. இன்று உலகின் திசைகளெங்கும் தன் சின்னச் சிறகுகளால் வலம்வரும் ஜப்பானிய ஹைக்கூ கவிதைகள், தமிழிலும் பரவலான கவனிப்பை பெற்றுள்ளன.

'பிற நாட்டுக் கலைச்செல்வங்கள் யாவும் கொணர்ந் திங்குச் சேர்ப்பீர்' என்ற மகாகவி பாரதி, தானறிந்த பிறநாட்டு புதுவகை இலக்கிய வடிவங்களைக் கொண்டு வந்து தமிழுக்கு அறிமுகப்படுத்தினார். வால்ட் விட்மன், ஷெல்லி போன்றோரின் ஆங்கிலக் கவிதைகளை வாசித்த பாரதி, தமிழில் வசன கவிதைகளை எழுதத் தொடங்கினார். அதுவே பின்னாளில் புதுக்கவிதையெனும் புதுப்பாதையை அமைத்துக்கொண்டன.

வங்க மொழியறிந்த பாரதி, 1916-இல் 'மாடர்ன் ரிவ்யூ' எனும் வங்காள இதழொன்றில் வெளியான ஜப்பானிய ஹைக்கூ கவிதைகளைப் படித்துவிட்டு, 'ஜப்பானியக் கவிதை' எனும் குறுங்கட்டுரையை எழுதினார். இன்றைக்கு தமிழில் கோலோச்சிக் கொண்டிருக்கும் ஹைக்கூ கவிதை களுக்கான முதல் அறிமுகமும் பாரதி வழிதான் வாய்த்தது.

தமிழில் ஹைக்கூ கவிதைகள் அறிமுகமான தொடக்கக் காலங்களில் எதிர்மறையான பல விமர்சனங்களை சந்தித்தன.

'தமிழில் இல்லாத கவிதை வடிவமா? எதற்காக ஜப்பானிய கவிதை?', 'தமிழில் ஹைக்கூ எழுதவே முடியாது', 'தமிழில் எழுதுவதெல்லாம் பொய்க்கூ', 'தமிழில் ஹைக்கூ எழுதுவதென்பது அடுத்தவன் மனைவிக்கு சேலை கட்டிப் பார்ப்பதைப் போன்றது' என பலரும் விமர்சன அம்புகளை வீசினர்.

தமிழில் ஹைக்கூ கவிதை வடிவத்தைப் பரவலாக அறிமுகம் செய்த, முதன்முதலாக நேரடியான தமிழ் ஹைக்கூ கவிதைகளை எழுதிய கவிக்கோ அப்துல்ரகுமான், "ஹைகூவைத் தமிழுக்குக் கொண்டு வருகிறபோது, அதன் எல்லா மரபுகளையும் தூக்கிக்கொண்டு வர வேண்டிய தில்லை. ஜென் பார்வையில்தான் நாமும் இந்த உலகத்தைப் பார்த்தாக வேண்டும் என்று கட்டாயமில்லை' (புல்லின் நுனியில் பனித்துளி, பக்கம்: 9) என்று தீர்க்கமாகச் சொன்னதே, காலத்தின் பக்கங்களின் அழியாத கல் வெட்டாய் பதிந்துபோனது.

2005-ஆம் ஆண்டு ஆகஸ்ட்டில் கேரள மாநிலம் இடுக்கி மாவட்டத்திலுள்ள கட்டப்பனா நகரில் நடைபெற்ற நூல் வெளியீட்டு விழாவிற்குச் சென்றிருந்தேன். எனது 160 ஹைக்கூ கவிதைகளைப் பன்மொழிப் புலவர் எல்.பி. சாமி மலையாளத்தில் மொழிபெயர்க்க, அது 'நிலா முத்தம்' எனும் நூலாக மலையாளத்தில் வெளியிடப்பட்ட விழாவது. அந்த நூலை வெளியிட்டுப் பேசும்போது,

மலையாள முற்போக்கு கவிஞர் கடமநிட்ட ராம கிருஷ்ணன், "பல்லாயிரமாண்டு இலக்கிய வளமும் செறிவுமிக்க தமிழ்க் கவிதைகள் மலையாளத்தில் பெரிய அளவில் அறியப்படவில்லை. தமிழ் ஹைக்கூ கவிதைகள் மலையாளத்தில் மொழியாக்கம் செய்யப்பட்டிருப்பது நல்ல தொடக்கம். தமிழ்க் கவிஞர்களில் பாரதியார், கந்தர்வன், சிற்பி போன்றோரைத் தவிர, ஏனைய கவிஞர்களின் கவிதைகள் மலையாள மொழியில் இன்னும் மொழியாக்கம் செய்யப்படவில்லை" என்று வருத்தம் தொனிக்கப் பேசினார். அவரது வருத்தம் இன்னமும் கூட களையப்படாமலேயே தொடர்கிறது.

மலையாளம், கன்னடம், தெலுங்கு உள்ளிட்ட மொழிகளில் எழுதும் தற்கால கவிஞர்களின் கவிதைகள் தமிழில் மொழியாக்கம் செய்யப்பட்டு, நமக்கு வாசிக்க கிடைக்கின்றன. ஆனால், பிற மொழிகளில் தமிழ் எழுத்தாளர்களின் படைப்புகள் இன்னும் போதுமான அளவில் மொழியாக்கம் செய்யப்படாமலேயே உள்ளன. பிற மொழி படைப்புகளைத் தமிழாக்கம் செய்துதரும் குறிப்பிடத்தக்க மொழிபெயர்ப்பாளர்கள் பலர் தமிழில் உண்டு. ஆனால், தமிழ்ப் படைப்புகளைப் பிற மொழிகளில் அறிமுகம் செய்ய தடையாக இருப்பது எதுவெனக் கண்டறிந்து, அதனைக் களைவதன் மூலமாகத்தான் தமிழ்ப் படைப்புகள் பிற இந்திய மொழிகளில் மொழிபெயர்க்கப்படுவதோடு, உலகின் கவனத்தையும் பெற முடியும்.

சென்னை கவிக்கோ மன்றத்தில் நடைபெற்ற ஹைக்கூ நூற்றாண்டு விழா முடிந்து கிளம்பும் தருவாயில், என்னை அழைத்த கவிக்கோ அப்துல்ரகுமான், "தமிழில் மிகச் சிறந்த ஹைக்கூ என்று நினைக்கும் 100 கவிதைகளைத் தொகுத்துக் கொடுங்கள். அதனை உருது மொழியிலும், அரபு மொழியிலும் மொழிபெயர்க்க நான் ஏற்பாடு செய்கிறேன்" என்றார். காலம் எனும் அரக்கன் கவிக்கோவை நம்மிடமிருந்து பறித்துச் சென்றுவிட்டான். இல்லை

யெனில், கவிக்கோவின் முன்னெடுப்பில் தமிழ் ஹைக்கூ பல உலக மொழிகளிலும் இன்றைக்கு வலம் வந்திருக்கும்.

கடந்த 35 ஆண்டுகளாகத் தமிழில் வெளியாகும் ஹைக்கூ தொடர்பான நூல்கள் அனைத்தையும் ஆவணம் போல் தொகுத்து வருகிறேன். தமிழகத்தில் எந்த குக்கிராமத் திலிருந்து ஒரு ஹைக்கூ நூல் வெளிவந்தாலும், தேடிப்பிடித் தாவது அதனை வாங்கி வாசிப்பதை வழக்கமாகக் கொண்டிருக்கிறேன்.

கவித்தாசபாபதி எனும் கவிஞரின் பெயர் எனக்கு முன்னரே அறிமுகம் என்றாலும். அவரது ஹைக்கூ கவிதை களை முதன்முதலாக இப்போதுதான் வாசிக்கின்றேன். 'வண்ணத்துப்பூச்சிகளுடன் ஒரு வனவாசி' எனும் ஹைக்கூ கவிதை நூல் என்னைச் சமீபத்தில் மிகவும் ஈர்த்த, கவனப் படுத்திய நூல்களில் முதன்மையானது என்று சொல்வேன். ஹைக்கூ கவிதைக்கேயுரிய வார்த்தைச் செறிவும், காட்சி யழகு மிளிரும் வாழ்வியல் கவிதைகளும் நூலெங்கும் விரவிக் கிடக்கின்றன.

'ஒவ்வொருவருக்குள்ளும் ஒரு காடு இருக்கிறது' என்று சொல்லும் கவிஞர் கவித்தாசபாபதி, தான் பிறந்த ஊட்டி மலைப்பிரதேசத்தின் நுண்ணிய ஈரப் பதிவுகளை அப்படியே உலராமல் கவிதைகளாக்கியுள்ளார். கவிதை களை வாசிக்கையில் வனத்தின் மையமொன்றில் நாம் மௌனமாய் நின்றபடி, காற்றின் பேரிரைச்சலில் மரங்கள் உரசிக்கொள்ளும் வனமொழியைக் கேட்கிறோம். காட்டுப் பூச்சிகளின் அழைப்பொலியும், கொட்டும் அருவியின் சாரல் மொழியும் நம் காதுகளை மட்டுமல்ல, மனங் களையும் நனைய வைக்கின்றன.

'ஆகா... இத்தனை நாளாக இப்படியொரு கவிஞரை நாம் வாசிக்காமல் இருந்துவிட்டோமே..!' என்று என்னை நானே கேட்டுக்கொண்டேன். கவிஞர் கவித்தாசபாதி தன் மனசின் தாழ்வாரங்களில் உதிர்ந்த சருகுகளை அப்படியே அள்ளிக்கொட்டாமல் வகை பிரித்து தந்திருக்கிறார். இதுவும் ஒரு புது சுவைதான்.

வண்ணத்துப்பூச்சிகள், கௌசல்யா, மழைக்கு ஒதுங்கிய வானம், மலையெழிலி, தெரு... என தனித்தனி தலைப் பிட்டுத் தந்திருப்பதும் ரசிக்கும்படி உள்ளது.

'பூவில் சிலிர்க்கிறது
முள்ளில் கிழியும்
பனித்துளி'

– எனும் நூலின் முதல் கவிதையே நம் மனசைச் சிலிர்க்கவும் வைக்கிறது, கிழிக்கவும் செய்கிறது. பனித் துளி ஒத்தடங்களால் எந்தக் காயத்தையும் ஆற்றும் வல்லமை கவிதைக்கு மட்டுமே உண்டு என்பதை முதல் கவிதையிலேயே நிறுவியுள்ளார் கவிஞர் கவித்தாசபாபதி.

'மழையே மழையே
நின்று நின்று நட
உன் வற்றிய நதி மீது.'

வானம் பொய்த்த நாளின் வலிகளை இதைவிட சரியான வார்த்தைகளில் சொல்ல, கவிஞனை விட்டால் வேறு யாரால் முடியும்?

'ஏறும்போதும் தரையிறங்கும்போதும்
மட்டுமே பறக்கிறது
ஆகாயம் நீந்தும் பறவை.'

திரும்பத் திரும்ப நான் படித்து ரசித்த பல கவிதைகளில் இதுவும் ஒன்று. ஒவ்வொரு வாசிப்பிலும் மீண்டும் மீண்டும் படபடக்கும் பறவையின் சிறகுகளில் நானும் ஆகாயத்தை நீந்தி வருவதாக உணர்கிறேன். 'ஆகாயம் நீந்தும் பறவை' எனும் சொல்லாடலில் மனம் சொக்கிப் போகிறேன்.

நாவலாசிரியர்கள், சிறுகதையாளர்கள், ஏன் சில கவிஞர்கள் கூட தங்களது கவிதையில் சில பெண் கதாபாத் திரங்களைத் திரும்பத் திரும்ப இடம்பெற வைப்பதுண்டு. அப்படியானதொரு புது உத்தியை முதல்முறையாக

ஹைக்கூவில் முயன்று பார்த்திருக்கிறார் கவிஞர் கவித்தாசபாபதி. அதில் வெற்றியும் பெற்றிருக்கிறார்.

'கௌசல்யா' எனும் ஒற்றைச் சொல்லில் வனமே அதிர் கிறது. அன்பே உருவானவள், கோப்பைத் தேநீரோடு கந்தர்வ முத்தத்தையும் சேர்த்தே தருபவளாயிருக்கிறாள் கௌசல்யா. அருகினில் கௌசல்யா இருந்துவிட்டால் மற்ற எல்லாம் தூரத்தில் போய்விடுகிறதே..!

'தாய்மை இரவு
அதன் தோள்மீது சாய்கிறது
மாலைப் பொழுது.'

நாமும் சாய்ந்து கொள்கிறோம். கௌசல்யா தனி மனுஷி அல்ல; அவள் தாய்க்கும் தாயானவள்.

ஹைக்கூ தீட்டும் சித்திரம், நம் மனத்திரையில் என்றென் றைக்கும் அழியாதது. அப்படியே எண்ணற்ற வனக் காட்சிகள் இந்நூலில் சித்திரங்களாக உருப் பெற்றுள்ளன... இல்லையில்லை... உயிர்ப் பெற்றுள்ளன.

கட்டட வேலைகள் நடக்கும் பல இடங்களை வெறும் பார்வையால் கடந்து போகிறவர்களுக்கு இந்தக் கவிதை மட்டும் புரிந்துவிடவாப் போகிறது..?

'சித்தாள் தலைக்கு
மகுடம் சூட்டுகிறது
சும்மாடு.'

உழைப்பின் மேன்மைக்கு மகுடம் சூட்டிக் கொண்டாடும் கவி மனம் வாய்த்த கவிஞர் கவித்தாசபாபதியின் இந்த ஹைக்கூ மணி மாலை, தமிழன்னையின் கழுத்தில் சூடத் தக்க இலக்கிய வளம் செறிந்த பாமாலையாக ஒளிர்கிறது.

தமிழில் மட்டுமின்றி, ஆங்கிலத்திலும் மொழிபெயர்த்துக் கொடுத்திருக்கும் முயற்சியை நிச்சயம் பாராட்டி வரவேற்கத்தான் வேண்டும். டாக்டர் வி.புகழேந்தி, ராஜூ ஆரோக்கியசாமி, சதீஷ் கவிதை நிழல் கவிஞன், சங்கர் மான்ஜி பிள்ளை ஆகிய மொழிபெயர்ப்பாளர்களையும்,

கோட்டோவியங்களால் அழகுபடுத்திருக்கும் துரையமுத னையும், நேர்த்தியாக நூலை வடிவமைத்த டிஸ்கவரி புக் பேலஸூக்கும் தாராளமான வாழ்த்துகளைப் பகிர்ந்து மகிழலாம்.

அமர கவிஞன் நா.காமராசனின் திருமுகத்தோடு (நன்றி: ஆரூர் தமிழ்நாடன்) வலம்வரும் கவிஞர் கவித்தாசபாபதியை வாழ்த்த வார்த்தைகளின்றி, அவரது ஹைக்கூ ஒன்றையே அவருக்கான வாழ்த்தாகச் சொல்லி நிறைகிறேன்.

‘காட்டோடையில் துள்ளும்
வன மீன் போல் வேண்டும்
ஒரே ஒரு ஹைக்கூ.’

*

வண்ணத்துப்பூச்சிகளுடன் ஒரு வனவாசி
கவித்தாசபாபதி
டிஸ்கவரி புக் பேலஸ்,
சென்னை – 600 078

வாழ்வின் அழியா காட்சிச் சித்திரங்கள்

பொங்கிப் பிரவாகமெடுத்தோடும் நதியின் வேகமுமில்லை; பாறையிடுக்கில் தேங்கிக் கிடக்கும் மழை நீரின் மௌனமுமில்லை; முன்பின் அறிமுகமில்லாத வேளையிலும் வாழ்வின் போக்கில் எதிர்ப்படும் மனித முகம் பார்த்து ஒரு சிநேகப் புன்னகையை உதிர்ந்துவிட்டுப் போகும் மனிதத்தின் குணமே ஆசுவின் அசலான கவிதை முகமாக உள்ளது.

முற்போக்கு கவிதைகள் புதிய உத்வேகத்தோடு எழுதப்பட்ட 80–களின் தொடக்கக் காலத்தில் கவிதைகளை எழுதத் தொடங்கியவர் ஆசு. விழுப்புரம் மாவட்டத்திலுள்ள முன்னூர் எனும் கிராமத்தில் எளிய விவசாயக் குடும்பமொன்றில் பிறந்த ஆ.சுப்பிரமணியன், சென்னைக்கு குடிபெயர்ந்து இரும்புப் பட்டறையொன்றில் பணியாற்றிக்கொண்டே 'ஆசு'வாகி, கவிதைகளை எழுதத் தொடங்கினார். 1984–இல் 'தாய்' வார இதழில் முதல் கவிதை வெளியானது தொடங்கி, சிறுபத்திரிகைகளில் தொடர்ந்து எழுதி வந்தார்.

ஊர்வல முழக்கங்கள், போராட்டப் பிரகடனங்கள் மட்டுமே கவிதைகள் ஆகா எனும் புரிதலுடன், உழைக்கும் பாட்டாளி மக்களின் அன்றாட வாழ்விலிருந்து தனக்கான கவிதை மொழியையும், கவிதைகளையும் கண்டெடுத்த கவிஞர் ஆசுவின் கவிதை நூல் 'ஆறாவது பூதம்'. 1997-இல் வெளியான முதல் கவிதை நூல் தொடங்கி, 2021 வரை கடந்த 25 ஆண்டுகளில் வெளியான எட்டு கவிதை நூல்களே 'ஆசு கவிதைகள்' எனும் 688 பக்க அளவிலான தொகுப்பாக வெளிவந்துள்ளது. கவிதை மட்டுமின்றி, 4 சிறுகதை நூல்கள், 2 கவிச்சித்திர நூல்கள், உரைச்சித்திர நூலொன்றையும் எழுதியுள்ளார் ஆசு.

பச்சையம் சுமந்த ஈரக்காற்று வீசும் சிறிய கிராமமொன்றில் பிறந்து, வாழ்வின் சூழலில் பெருநகரத்தின் டீசல் புகை சூழ்ந்த மாநகராட்சியில் வாழ நேர்ந்த ஒரு மனித மனம் சந்திக்கும் எல்லா வலிகளும் தவிப்பும் ஏக்கமும் ஆசுவின் கவிதைகளில் பேசுபொருளாகியுள்ளன.

கவிதை எழுதுகிற எல்லோருக்குமே தன் முகத்தை தனது கவிதையின் வழி பார்க்கும் ஆவல் எழும். கண்ணாடியிலோ, தண்ணீரிலோ முகம் பார்க்காமல் தானே தன் முகத்தை வரைந்து பார்க்க முயலும் ஆசுவின் இக்குணமே, அவரை தனித்து அடையாளப்படுத்துவதாக உள்ளது. சராசரித்தனங்களை உதறிவிட்டு, தன் முகத்தைப் புதிய கோணத்தில் வரைந்துள்ளார்.

'கடிகாரத்தின் முகமொத்த
என் முகம் வரைந்தேன்
பதற்றங்கள்
வாழ்வின் எண்களாய் நகர்த்தி
என்னைத் தோற்கடித்தது அது'

ஆனாலும் மனம் தோய்ந்துவிடாமல் மீண்டும் முயன்று பார்க்கிற கவிஞர், இப்படியாக கவிதையை எழுதி முடிக் கிறார்... இல்லையில்லை, தன்னை வரைந்து முடிக்கின்றார்.

'இன்னொரு நாள்
என் குழந்தை வரைந்தது
பொம்மையின் முகமொன்றை
என்ன ஆச்சர்யம்
என் முகத்தை அப்படியே
பிடுங்கி வைத்தது போலிருந்தது அது'

– என்பதிலிருந்தே குழந்தையின் மனவுலகத்திற்கு நெருக்க மானவராக ஆசு தன்னை முன்நிறுத்துவதை அறிய முடிகிறது.

எளிய மனிதர்கள் வாழ்வில் சந்திக்கும் சிறுசிறு நிகழ்வுகள்கூட கவிதைக்கான கருப்பொருளாகியுள்ளன.

வேட்டித் தலைப்பு முந்தியில் முடிந்து வைத்த அப்பாக்கள் 'முட்டாய் வாங்கிக்கோ' என்று தந்துபோகும் அரையணாக்களும், நெடுநாட்களுக்குப் பிறகு வீடுவரும் நண்பனின் கால்ப்பட்டு கசங்கிய கோலமும், திறந்திருக்கும் கதவுகளின் வழி திரும்பிப்போகும் பட்டாம்பூச்சிகளும் ஆசுவின் கவிதைகள் வழியே வாழ்வின் அழியாத காட்சிச் சித்திரங்களாக நம் மனதில் பதிந்து விடுகின்றன.

குழந்தைகளின் செயல்கள் ஒவ்வொன்றுமே கவிதையை ஒத்தவை. என்றாலும் ஆசுவின் கவிதைகள் காட்டும் குழந்தைமை உலகம் நம்மை வசீகரிக்கவே செய்கிறது. குழந்தைகளின் மனவுலகிற்குள்ளும் நம்மை கூட்டிப் போகிறது. இதற்கான முன்னுதாரணமாக 'குழந்தைகளின் உலகம்' கவிதையைச் சொல்லலாம்.

'குழந்தைகளின் கைகளில் பலூன்
ஊதி ஊதிப் பருத்து வெடிக்காத வரை
கண்ணீர் துளிப்பதில்லை

நிறம் உதிர்ந்த பட்டாம்பூச்சிகளுக்கு
அன்பின் நிறம் பூசி
தோழமை கொள்கின்றனர் குழந்தைகள்

பொம்மைகள் விற்று
வயிறு வளர்க்கும் மலடிக்கோ
மனசெல்லாம் மழலைப்பூக்கள்

சிரிப்பைச் சிந்தி
ஓடிவரும் அம்மணச் சிறுமிக்கு
வாழ்வோ குமிழியில்லை

பச்சை வண்ணம் பூசிக் குழைத்து
உடல் மறைக்கும் பூமியோ
எனக்கென்றும் குழந்தைதான்

பெரியவர்கள் உறங்கிய பின்பும்
குழந்தைகள் விழித்திருக்கிறார்கள்
ஏனெனில்
குழந்தைகளின் உலகத்தில்
இரவும் பகலும் ஒன்றாக.'

– என்று பேதமேதுமறியா குழந்தைகளை ஒற்றைப்புள்ளியில் குவிக்கும் ஆசுவின் கவிதைகளில் புத்துரு கொள்கிறார்கள் குழந்தைகள்.

'நான் எழுதுவது வாழ்வைப் பார்த்து அல்ல. வாழ்வின் அநுபவங்கள் கொதித்து எழுகையில் துளித் துளியாகத் தெறிக்கும் அந்தக் கணநேரத் துடிப்பு. இந்தத் துடிப்புகள் காலத்தின் வெளியைத் தனதாகக் கொண்டு நகர்கிறது. பாசாங்குக்கும் பாவனைக்கும் இடையில் உண்மையின் நிழல் தேடும் சிறுபொறியில் முகிழ்த்து தேடும் கவிதைகள்' என தன் கவிதைகளைப் பற்றி ஆசு சொல்வது எவ்வளவு பொருத்தமானவை என்பதை கவிதைகள் உணர்த்து கின்றன.

ஆசுவின் கவிதைகளில் பசி பற்றி எழுதியுள்ள வரிகள் தனித்து கவனம் பெறுகின்றன. பசி வயிற்றின் அவஸ்தை களைப் பசித்தவரின்றி வேறு யாரால் உணர முடியும்..? 'பசித்தவன் வீடு' கவிதையில் வரும் வண்ணாத்தி, கிராமங் களில் வாழும் உயிர்ப்புள்ள ஒரு மனுஷி என்பதை கவிதை யினூடாக வாசிப்பாளனுக்குள்ளும் கடத்துகிறார்.

'வீட்டு வாசல் ஏறிவரும்
வண்ணாத்திக்குச் சோறிடுவோம்
தெருக்கள் பலவாக
முறை வைத்து'

– என்பதாகத் தொடங்கும் கவிதையை, இப்படியாக முடித்துள்ளார்.

> 'எங்கள் வீட்டை
> மறந்தே போனாள்
> வண்ணாத்தி
> கடைசி வரையிலும்
> பசித்த வீட்டில்
> சோறு வாங்குவதும்
> 'பாவம்' என்று
> மனதில் தைக்க.'

எல்லா மனித உயிர்களும் பசி பொதுவானதே என்பதை ஆசு கவிதையாக்கியிருக்கும் விதம், ஒரு அழகிய கதையாகவே விரிகிறது.

முதல் பேற்றின் வலி, காற்று அறியும் வலிகள், சங்கீதம் உறைந்த செவிகளில், மெல்லிய உயிர் ஆகிய கவிதைகள் ஆசுவின் நுட்பமான கவிதை மொழிக்கும், தனித்துவமான கவிதைப் பார்வைக்கும் சரியான சாட்சிகளாகின்றன.

எழுதத் தொடங்கிய காலந்தொட்டே கவிதை மொழியும், அதன் சொல்முறைகளும் மாறியே வந்துள்ளன. மாறிவரும் காலத்தின் தேவையை உள்ளுணர்ந்து எழுதியிருக்கும் ஆசுவின் கவிதைகளும் தமிழ்க் கவிதைப்பரப்பில் பேசு வதற்கும் விவாதிப்பதற்குமான இடைவெளிகளில் நம்மை ஆசுவாசப்படுத்திக்கொள்ளும் கவிதைகளாக உள்ளன என உறுதியாகச் சொல்லலாம்.

*

ஆசு கவிதைகள்
கல்விளக்கு பதிப்பகம்,
படைவீடு – *606 905*

நீர்க்குமிழி மேல் உறங்கும் நிலாக்கள்...

"கவிதையும் அனுபவமும் ஒன்றிப்போக வேண்டும்; மூங்கிலைப் பற்றி மூங்கிலிடமிருந்தே தெரிந்துகொள்ள வேண்டும்; உண்மையான கவிதை அனுபவம் அதன் கருப்பொருளின் சுபாவத்திலிருந்தே வர வேண்டும்" என்று வலியுறுத்தினார் ஜப்பானிய 'ஹைக்கூவின் தந்தை' எனக் கொண்டாடப்படும் மட்சுவோ பாஷோ.

எவ்வளவு சத்தியமான வார்த்தைகள் இவை; ஜப்பானிய மரபுக்கவிதையான ஹைக்கூ, உண்மைக்கு மிகவும் நெருக்க மானது. கற்பனையெனும் ஆடைகளை முற்றிலுமாகக் கலைந்துவிட்டு நிற்கும் நிர்வாண நிலைக்குச் சமமானது ஹைக்கூ எழுதும் மனநிலை. செயற்கையான பூச்சுகளினால் சிருஷ்டிக்கப்படும் ஹைக்கூவானது மெல்லிய காற்றிற்கும் கூட உதிர்ந்துபோகும். அனுபவச் செறிவும், உண்மையின் ஈரமும் கசியும் ஹைக்கூ கவிதைகளே காலத்திற்கும் நிலைத்து நிற்கும்.

ஆன்மீகத் தேடலுடன் கூடிய நீண்ட பயணத்தை 1689-இல் தொடங்கிய பாஷோ, மே 16 முதல் அக்டோபர்

வரை தொடர்ந்து 150 நாட்கள் பயணம் மேற்கொண்டார். வடஜப்பானின் குக்கிராமங்கள் வழியாக கிட்டத்தட்ட 2450 கி.மீ தூரம் நடைப்பயணமாகவும், குதிரையிலும் பயணம் செய்தார். இந்தப் பயணத்தின்போது பாஷோ, 'ஹைபுன்' எனும் புதிய கவிதை வடிவத்தில் கவிதைகளை எழுதினார். பின்னாளில் இந்தக் கவிதைகள் 'நேரா ரோடு இன் தி இண்டீரியர்' எனும் நூலாகவும் வெளிவந்து, பலரின் பாராட்டைப்பெற்றது.

'யுத்தம் பற்றி எழுத யுத்தக் களத்திற்குச் செல்' என்ற கொள்கையுடைய பாஷோ, பழங்காலத்தில் யுத்தம் நடைபெற்ற இடங்களைச் சென்று பார்த்தார். அந்த மைதானத்தில் பசுமைப் பூத்துப் படர்ந்திருந்த புற்களைக் கண்டார். ஒரு ஹைக்கூ படைத்தார்.

'கோடைப் புல்வெளி
அந்த மாவீரர்களின்
கனவுப் பாதைகள்'.

உலகப் புகழ்பெற்ற ஹைக்கூவில் ஒன்றாக இன்னமும் பேசப்படுகிற கவிதைகளில் இதுவும் ஒன்று.

ஹைக்கூ எழுத நுட்பமான பார்வை வேண்டும். 'இரவி பார்க்காததைக் கவி பார்ப்பான்' என்ற வழக்குச் சொல்லும் தமிழில் உண்டு. கவி பார்ப்பதிலும் யாரும் கவனித்திராத ஒன்றினைக் கூர்ந்த பார்வையுடன் பார்த்து படைப்பவனே ஹைக்கூ கவிஞன்.

தமிழில் ஹைக்கூ பரவலாக அறிமுகமாகத் தொடங்கிய எண்பதுகளின் பிற்பகுதியில், ஹைக்கூவை வரவேற்ற வர்களை விடவும் வசை பாடியவர்களே அதிகம். ஹைக்கூ வின் சிறப்பினை உணர்ந்து, தமிழில் அதன் தேவையைச் சரியாக அடையாளப்படுத்திய முன்னோடிகளென அப்துல்ரகுமான், ஈரோடு தமிழன்பன், சுஜாதா, சி.மணி, சி.சந்திரலேகா, சேலம் தமிழ்நாடன், தி.லீலாவதி, மாலன், நிர்மலா சுரேஷ், நெல்லை சு.முத்து, அமரன் ஆகியோரைச் சொல்லலாம்.

தமிழில் ஹைக்கூ எழுதும் பல்லாயிரம் கவிஞர்கள் இருந்தாலும், ஹைக்கூவை அதன் அர்த்த அடர்த்தியுடன் உள்வாங்கி எழுதுபவர்கள் சில நூறு பேர்களே. காட்சியழகு மிளிரும் ஹைக்கூவைக் 'காமிரா கண்' கொண்டு பார்க்கும் நுட்பம் கைவரப் பெற்றவர்களாலேயே ஹைக்கூவின் உயரங்களை அடைய முடியும். திரைத்துறையில் இயங்கும் பலரும் எதையும் காட்சிப்பூர்வமாக அணுகுவதில் தனித்த பார்வை உடையவர்கள். திரைப்படங்களில் இடம்பெற்ற சில காட்சிகளையும், பாடல்களில் வரும் சில வரிகளையும், மாண்டேஜ் (தொகுப்பு)களையும் பார்த்துவிட்டு, 'அடடா... இவர்கள் ஹைக்கூ எழுதினால் எவ்வளவு நன்றாக இருக்கும்' என்று நான் எண்ணியதுண்டு.

இயக்குநரும், ஒளிப்பதிவாளருமான பாலுமகேந்திரா விடம் உதவி இயக்குநராக இருந்த காலத்தில், தான் கண்டுணர்ந்த காட்சிகளை ஹைக்கூவாக்கி, அதனை 'புல்லின் நுனியில் பனித்துளி' (1984) எனும் அழகிய நூலாகத் தந்தார் பாவலர் அறிவுமதி. பாடல் வரிகளில் ஹைக்கூவைப் பகிர்ந்ததோடு, 'குழந்தைகள் நிறைந்த வீடு' (2000) எனும் நூலாகவும் தந்தார் திரைக்கவிஞர் நா.முத்துக் குமார். தான் ரசித்த உலக ஹைக்கூ கவிதைகளை 'நத்தை போன பாதையில்' (2010) என தமிழாக்கினார் இயக்குநர் மிஷ்கின். கிராமத்து வாழ்வின் பதிவுகளை இயக்குநரும் பாடலாசிரியருமான ஏகாதசி, 'ஹைக்கூ தோப்பு'(2011) எனும் நூலாக்கினார். ஹைக்கூவின் மீது காதலுற்ற இயக்குநர் என்.லிங்குசாமி, 'லிங்கூ' (2013)வாகப் படைத்தார். கல்லூரி நாட்களிலேயே கவிதைகள் எழுதி, திரைத்துறையிலும் இயக்குநராக, வசனகர்த்தாவாக அறியப்பட்ட பிருந்தா சாரதி, தமிழ் ஹைக்கூ நூற்றாண்டில் தந்திருக்கும் செறிவான நூலே 'மீன்கள் உறங்கும் குளம்'.

கும்பகோணத்தில் 1965-இல் பிறந்த பிருந்தா சாரதியின் இயற்பெயர் நா.சுப்பிரமணியன். அனைத்துக் கல்லூரி கவிதைப் போட்டியில் பரிசுகளை வென்ற இவரின் முதல் கவிதை நூல் 1992-இல் 'நடைவண்டி'யாக வெளிவந்தது.

இதுவரை ஐந்து புதுக்கவிதை நூல்களைப் படைத்துள்ள பிருந்தா சாரதியின் முதல் ஹைக்கூ நூலாக 'மீன்கள் உறங்கும் குளம்' இருந்தாலும், இந்த நூலிலுள்ள ஹைக்கூ கவிதைகள் வாசிப்பவரை உறங்க விடாமல், மீண்டும் மீண்டும் அசைபோட வைக்கும் ரகத்தைச் சேர்ந்தவை. ஹைக்கூ கவிதைகள் எப்போதுமே எண்ணிக்கையில் அடங்குவதில்லை. இதனைச் சரியாய் புரிந்துகொண்ட கவிஞர், இந்நூலில் மொத்தமே 51 ஹைக்கூ கவிதைகளை அழகான ஓவியங்களோடு (செந்தில்) நம் பார்வைக்கு வைத்துள்ளார்.

தமிழ் மொழியின் செறிவும், ஹைக்கூவின் காட்சியழகும் ஒருங்கே அமையப்பெற்ற ஹைக்கூ கவிதைகளாக அனைத் துக் கவிதைகளும் அமைந்திருப்பது கூடுதல் சிறப்பு.

'ஆளற்ற நள்ளிரவுச் சாலை
ஒற்றைக் கண்ணால்
உற்றுப் பார்க்கிறது தெருவிளக்கு'

– எனும் நூலின் முதல் கவிதையிலேயே நம்மை உற்றுப் பார்க்க வைக்கும் கவிஞராகப் பிருந்தா சாரதி அறிமுகமாகிறார்.

அன்றாட வாழ்வில் நம் வெறும் கண்களால் பார்த்து விட்டு கடந்துபோகும் ஒரு சாதாரண காட்சியும் கவிஞரின் காமிரா பார்வையில் எப்படி ஹைக்கூவாகப் புதுஉரு கொள்கிறது என்பதற்கு எடுத்துக்காட்டாக இந்த ஹைக்கூவைச் சொல்லலாம்.

'நெரிசல் மிகுந்த சாலையில்
ஊர்வலம் போகிறது வீடு
முகவரி மாற்றம்'.

வாசித்த கணத்திலேயே வாசகனோடு வினை புரியத் தொடங்கிவிடும் நல்ல ஹைக்கூ. இந்த நூலிலுள்ள பல ஹைக்கூ கவிதைகள் வாசிக்கும்போதே நம் சிந்தனைத் தளத்தில் வினையாற்ற தொடங்கி விடுகின்றன. அதிலொரு ஹைக்கூ;

'மணல் வீடு கட்டி
விளையாடுகிறது
அகதியின் குழந்தை'.

ஹைக்கூவின் மூன்றாவது வரியில் எப்போதுமே முத்திரைச் சொல்லாக இருப்பது சிறப்பு. பிருந்தா சாரதியின் ஹைக்கூக்களின் மூன்றாம் வரிகள் எழுப்பும் மின்னல் பொறியானது, நம் சிந்தனைக்குப் புது வெளிச்சத்தைப் பாய்ச்சுகிறது.

'தண்ணீர் லாரி ததும்புகிறது
பாலத்தின் கீழே
வறண்ட ஆறு'.

தமிழின் மிகச் சிறந்த 10 ஹைக்கூ கவிதைகளைப் பட்டியலிட்டால், நிச்சயம் அதிலொன்றாக இடம்பெறத்தக்க காட்சியழகு பொதிந்த நேர்த்தியான ஹைக்கூ ஒன்றும் உண்டு.

'பலூன் ஊதும் சிறுமியின்
கன்னங்களில்
இரண்டு குட்டி பலூன்கள்.'

இப்படியாக, கவிதைகளைச் சொல்லிக்கொண்டே போனால், எல்லாக் கவிதைகளையும் சொல்லியாக வேண்டும். நிறைவாகச் சொன்னால், தமிழ் ஹைக்கூவின் நூற்றாண்டுப் பயணத்தில் ஹைக்கூவை அதன் அர்த்த அழகோடும், உலக ஹைக்கூ கவிதைகளோடு போட்டிப் போடும் தரத்தோடும் படைத்துள்ள நூல்களில் பிருந்தா சாரதியின் 'மீன்கள் உறங்கும் குளம்' நூலுக்கு முன்னிருக்கையில் இடமுண்டு. நீர்க்குமிழிகளின் மேல் ஹைக்கூ நிலாக்களை உறங்க வைத்த கவிஞரின் கவிக்கரங்களுக்கு என் ஈர முத்தங்கள்.

*

மீன்கள் உறங்கும் குளம்
பிருந்தா சாரதி
டிஸ்கவரி புக் பேலஸ், சென்னை.

வாழ்வின் ஒளி பொருந்திய கதைகள்

'வீட்டின் கதவைத் திறந்து வெளியே வந்து, பரந்து விரிந்த உலகினைப் பார்த்து எழுதுவது புதினம். வீட்டின் சாளரத்தின் வழியாக வெளியே நடப்பதைப் பார்த்து எழுதுவது சிறுகதை' என்பார் கவிஞரும் திறனாய் வாளருமான பேராசிரியர் பாலா.

எவ்வளவு சத்தியமான உண்மையிது; விரிந்த தளத்தில் வாழ்வின் பல்வேறு சிக்கல்களைப் பற்றி விஸ்தாரமாக விவாதத்தைத் தூண்டுவதுபோல் எழுதுவதற்கு புதினம் கைகொடுக்கும். ஆனால், பத்துப் பனிரெண்டு பக்கங் களுக்குள் எழுதப்படும் சிறுகதையானது வாழ்வின் ஏதாவதொரு நிகழ்வைக் குறுக்குவெட்டுத் தோற்றத்தில் பார்த்து, அதன் வழியே நம் சிந்தனைக்குள் சில கேள்வி களை எழுப்பிட முடியும். அப்படியான கேள்விகளை எழுப்பும் கதைகளாக எழுத்தாளர் குரு அரவிந்தனின் சிறுகதைகளைப் பார்க்கின்றேன்.

கடந்த 40 ஆண்டுகளுக்கும் மேலாக தமிழ்ச் சிறுகதை களைத் தொடர்ந்து வாசித்து வருபவன் நான். 'தமிழ்ச்

சிறுகதையின் கம்பீர முகம்' என்றறியப்பட்ட ஜெயகாந்தனின் சிறுகதைகள் தொடங்கி, புதுமைப்பித்தன், கு.அழகிரிசாமி, கி.ராஜநாராயணன், கந்தர்வன், மேலாண்மை பொன்னுச்சாமி, தனுஷ்கோடி ராமசாமி, பா.செயப்பிரகாசம் உள்ளிட்ட தமிழ்ச் சிறுகதை ஆளுமைகளின் ஏராளமான கதைகளை வாசித்திருக்கின்றேன். இன்றைக்கு எழுதும் இளம் தலைமுறை எழுத்தாளர்களின் கதைகளையும் வாசித்து வருகின்றேன். பெரும்பாலும் வார, மாத இதழ்களில் வெளியாகும் கதைகளை விடவும், ஒரு எழுத்தாளரின் சிறுகதைகளை ஒரு நூலாகப் படிப்பதில் பெருவிருப்பம் கொண்டவன் நான். காரணம், அப்போதுதான் ஒரு எழுத்தாளரின் சிறுகதை நடையையும், அந்த எழுத்தாளனது உள்ளக்கிடக்கினையும் ஒருசேர அறிந்துகொள்ள முடியும். மேலும், இலங்கை, சிங்கப்பூர், மலேசியா என புலம்பெயர் தமிழர்களின் சிறுகதைகளும் என் வாசிப்புக்கு நெருக்கமானவை. என் நூலகத்தில் நான் சேர்த்து வைத்திருக்கும் 5 ஆயிரத்துக்கும் மேற்பட்ட நூல்களில் கவிதை நூல்களுக்கு அடுத்தப்படியாகச் சிறுகதை நூல்களே அதிகம் இடம் பிடித்திருக்கின்றன.

'இனிய நந்தவனம்' இதழின் வழியேதான், குரு அரவிந்தன் எனும் பெயர் எனக்கு முதல் அறிமுகம். கனடாவில் வாழும் தமிழ் எழுத்தாளர் என்று மட்டுமே அறிந்திருந்த எனக்கு, 'தங்கையின் அழகிய சிநேகிதி' (இனிய நந்தவனம் வெளியீடு – ஜூலை 2020) எனும் அவரது சிறுகதைத் தொகுப்பினை வாசிக்கும் வாய்ப்பு கிட்டியது. கடந்த வாரத்தின் ஓர் இரவில் 2 மணி நேரத்திலும், மறுநாள் காலையில் 2 மணி நேரத்திலும் இந்தச் சிறுகதை நூலை வாசித்து முடித்தேன்.

மொத்தமுள்ள 16 கதைகளையும் 4 மணி நேரத்தில் படித்து முடித்திருந்தாலும்கூட, கதைகளை வாசித்து நான்கு நாள்களைக் கடந்த பின்னும், எழுத்தாளர் குரு அரவிந்தனின் கதைகளில் பேசப்பட்ட சமூக அக்கறையுடன் கூடிய கேள்விகள் எனக்குள் தொக்கி நிற்கின்றன.

என் அன்றாட செயல்களின் ஒவ்வொரு நொடியிலும் குரு அரவிந்தனின் கதைகளின் பேசுபொருளும் கதா மாந்தர்களின் அறிவார்ந்த உரையாடலும் மீண்டும் மீண்டும் உள்ளெழுந்து கொண்டேயிருக்கின்றன. ஒன்று மட்டும் உறுதியாகச் சொல்வேன்; இந்நூலைப் படித்ததும் எழுத்தாளர் குரு அரவிந்தனின் முன்னிருக்கை வாசக னாகிப் போனேன் என்பது மட்டும் மறுக்க முடியாத உண்மை.

இந்தத் தொகுப்பிலுள்ள 16 சிறுகதைகளுமே எனக்குப் பிடித்தமான கதைகளாக இருந்த போதிலும், பக்க அளவு கருதி, இந்தத் தொகுப்பிலுள்ள 4 சிறுகதைகளைப் பற்றி மட்டுமே எனது திறனாய்வுக்காக எடுத்துக்கொண் டுள்ளேன்.

நூலின் முதல் கதையே எனது திறானாய்விற்குமான முதல் கதையாகவும் அமைகிறது. சிறுகதை நூலின் தலைப்புக் கதையை நூலின் முதல் கதையாக அல்லது நூலின் கடைசிக் கதையாக வைப்பதே சிறப்பான தொகுப்புக்கான அடையாளம் என்பேன். அப்போதுதான் வாசக மனதில் அந்தக் கதையின் தலைப்போடு சேர்ந்து, நூலின் தலைப்பும் அழுத்தமாக மனதில் பதியும். ‘சிறு கதையின் ஆன்மாவை வழித்து, நெற்றியில் இடப்படும் திலகம்தான் கதைக்கான தலைப்பு’ என்று எழுத்தாளர் ஜெயகாந்தன் சொன்னது, எழுத்தாளர் குரு அரவிந்தனின் கதைத் தலைப்புகளுக்கு வெகு பொருத்தமாக அமைந் திருக்கின்றன. அந்த வகையில், ‘தங்கையின் அழகிய சினேகிதி’ நூலின் முதல் கதையே, நூலின் தலைப்புக்கான கதையுமாகி, கன கச்சிதமாகப் பொருந்திப் போகிறது.

தன் தங்கையைப் பார்க்க வீட்டிற்கு வரும் சினேகிதியின் அழகில் மயங்கும் ஒரு சராசரி இளைஞனின் காதல் கதை இது என்று யாராலும் ஒதுக்கிவிட முடியாத வகையில், இந்தக் கதையின் போக்கும், கதையின் முடிப்பும் வாசகனை வெகுவாக யோசிக்க வைத்துவிடுகிறது.

கதையோட்டம் அபாரம். ஒவ்வொரு கதையும் தொடங்குவது மட்டுமே தெரிகிறது. முடிந்த பிறகுதான் நம்மால் சுயநினைவுக்கு வருவதுபோல் கதையோடு ஒன்றிப் போய் விட வைக்கிறார் எழுத்தாளர் குரு அரவிந்தன். சரசரவென வேகமாகக் கதை நம்மை இழுத்துக்கொண்டு போகிறது. அடுத்து என்ன நடக்குமோ... என்கிற எதிர் பார்ப்போடு கூடவே சேர்ந்து போகிறோம். இல்லை யில்லை... தொடர்ந்து படிக்கிறோம். கதையை வாசித்து முடிக்கையில், நம் மனதில் ஆழமான வருத்தமொன்று கவிழ்ந்துகொள்கிறது. அதென்ன முடிவு..? நீங்களும் அந்தக் கதையைப் படியுங்கள். (முடிவை இப்போதே நான் சொல்லிவிட்டால், உங்களின் வாசிப்பு சுவாரசியம் தடைபடுமன்றோ..!).

ஒரே தாய் வயிற்றுக் குழந்தைகளாக இருந்தாலும், 'எலியும் பூனையுமாக' இருந்தால், ஒவ்வொருவரின் மனதிலும் வேறு வேறு மாதிரியான எண்ணங்களும் செயல் பாடுகளும் அமையுமென்பதை மிக நுட்பமான பார்வை யில் எழுதியுள்ளார் ஆசிரியர். இந்தச் சிறுகதையில் வரும் எந்த நான்கு கதாபாத்திரங்களுக்கும் (அம்மா, அண்ணன், தங்கை, சினேகிதி) கதாசிரியர் பெயர் வைக்க வில்லை. இது இயல்பாக அமைந்ததா, இல்லை கதாசிரியர் திட்டமிட்டுச் செய்தாரா என்பதை நாம் அறியோம். ஆனால், பெயரில்லாத இடங்களில் இந்தக் கதையைப் படிக்கும் வாசகன் தன் பெயரினைப் பொருத்திப் பார்த்துக் கொள்ளும் செய்கை நிகழ்வதற்கான வாய்ப்பினை இதன் வழியே வழங்குகிற அந்த உத்தியை வெகுவாகப் பாராட்டுகின்றேன்.

தமிழில் எழுதப்பட்டுள்ள இந்தக் கதையை உலகின் எந்த மொழியில் மொழிபெயர்த்தாலும், வாசிப்பவர் மனதில் பெரிய அளவிலான தாக்கத்தினை இந்தக் கதை நிச்சயம் ஏற்படுத்தும். அத்தகைய வல்லமைமிக்க கதைக்கரு கொண்ட நுட்பமான பார்வையில் எழுதப்பட்ட கதை யாக இந்தக் கதையைப் பார்க்கின்றேன்.

ஒவ்வொரு இன மக்களின் மனதிலும் அவரவர் பண்பாடு குறித்த உயரிய எண்ணங்களும், அவை தலை முறைகள் கடந்தும் தொடர வேண்டுமென்கிற விருப்பமும் இருப்பது இயல்பே. ஆனால், 'வலித்தாலும் காதலே..!' கதையின் நாயகி, காதலனின் அழைப்பையேற்று கனடாவிற்கு வந்து படிக்கிறாள். அங்குள்ள கலாச்சார முறைகளைப் பார்க்கிறாள். மன மாற்றம் உண்டாகிறது.

அவளது காதலன் திருமணம் செய்துகொள்ளலாம் என்கிறபோது, "தாலி கட்டப் போறீங்களா, என்ன நாய்க்குக் கழுத்திலே பட்டிகட்டுற மாதிரியோ?' என்று கேட்கிறாள். 'என்னாயிற்று... இவளுக்கு?' என்று திகைத் துப் போகிறான் காதலன்.

தாலி கட்ட வேண்டாமென்று மறுத்த காதலியிடம், 'உன்னுடைய இந்த முடிவில் எனக்கு உடன்பாடில்லை. உன்னோட ஒரு ரூம்மேட் போல வாழ்வதிலும் எனக்கு இஷ்டமில்லை' என்று மறுதலிக்கின்றான்.

'அப்போ தாலி கட்டிக்கொண்டு ஒரு அடிமை போல உங்கட தயவில நான் இங்கே வாழவேணும் என்று எதிர் பார்க்கிறீங்களோ?' என்று அவள் கேட்கிற கேள்வி, இன்றைக்கு பெண்ணியத்தைக் கையிலெடுத்திருக்கும் இளைய தலைமுறை பெண்களின் கேள்வியாக எழுகிறது.

பிறகு, இருவருமே மனமொத்து, தாலி கட்டிக் கொள்ளாமலேயே சேர்ந்து வாழ்கிறார்கள். காதலனின் இனத்தவரின் திருமண வீட்டிற்குச் சென்று திரும்பியதும், அவளது மனதிலொரு மாற்றம் நிகழ்கிறது.

'காலம் போனாலும் பரவாயில்லை. ஏதாவது கோயில்லை என்றாலும் எனக்குத் தாலி கட்டிவிடுங்கோ' என்கிறாள்.

அவளது இந்த திடீர் மனமாற்றத்திற்குக் காரணம், தமிழ்ச் சமூகத்தில் தாலி கட்டாமல் சேர்ந்து வாழ்பவர் களுக்கு என்ன மாதிரியான சமூக மரியாதை கிடைக்கிறது என்பதைச் சுட்டிக் காட்டுவதாக உள்ளது. பெண்

உளவியல் சார்ந்த இந்தக் கதை, ஒரு ஆண் எழுத்தாளரால், பெண்ணின் மன உலகிற்குள் சென்றும் எழுத முடியு மென்பதை மிகக் காத்திரமாக மெய்ப்பித்துள்ளது.

மூன்றாவது கதை 'காதல் போயின் சாய்தல்..!'

தமிழ்க் கலாச்சாரத்தில் பிறந்த அவள், கனடிய கலாச் சாரத்தில் பிறந்தவனைக் காதலித்து, கணவனாகக் கரம் பிடிக்கிறாள். தேன் நிலவு, விடுமுறை என நாள்கள் கடக்க, மணமான ஆறாவது மாதத்தில் கணவனான அன்றூவின் பிறந்த நாள் வருகிறது. அன்றூ இருப்பது ரொறன்ரோவில்.

அடிக்கடி வெளியிடங்களுக்குப் பயணம்போகும் அவள், அப்போதும் வெளியிலிருக்கிறாள். பொஸ்டனிலிருந்து அதிரடியாக விமானம் பிடித்து, ரொறன்ரோ வருகிறாள்.

பியர்சன் விமான நிலையத்தில் அவள் வந்திறங்கியபோது நள்ளிரவு 12 மணி. வாடகை வண்டி ஒன்றினைப் பிடித்து, வீட்டிற்கு வருகிறாள். தன்னிடமிருக்கும் சாவியைக் கொண்டு, வீட்டின் கதவை மெதுவாகத் திறந்து, விளக்கைப் போடாமலேயே படுக்கை அறைக்குள் நுழை கிறாள். கதையைப் படிக்கிற நமக்கோ 'திக்... திக்' என்று மனம் அடித்துக்கொள்கிறது.

தனது காதல் கணவனுக்குத் திருமணமான பிறகு வருகிற முதல் பிறந்த நாளில், இன்ப அதிர்ச்சியைத் தர திட்டமிட்டு வந்தவளுக்கு காத்திருந்தது இன்னொரு பெரிய அதிர்ச்சி.

குறட்டை விட்டு உறங்கும் கணவனின் போர்வைக்குள் அவனை அணைத்தபடி இன்னொரு உருவம். பேரதிர்ச்சி அடைகிறாள். 'அன்றூ ஓரினச் சேர்க்கையாளனா..?' அவளால் நம்ப முடியவில்லை. உடம்பெல்லாம் வியர்க்க, பிறந்த வீட்டிற்குப் பெட்டியோடு வருகிறாள்.

மகளின் வருகை கண்டு பெற்றோர் அதிர்ந்தாலும், அவளை வரவேற்கின்றனர். அம்மாவிடம் நடந்தவற்றைப்

பகிர்கிறாள். ‘உனக்கான முடிவை நீயே தேடிக்கொள்’ என்கிறாள் அம்மா.

மனம் பதறாமல் நிதானமாக யோசிக்கிறாள். ‘ஆத்திரத்தில் கையை விட்டால், அண்டாவிற்குள்ளும் கை நுழையாது’ என்று தமிழில் ஒரு சொலவடை உண்டு. ஆத்திரப்பட்டு ஒன்றும் ஆகிவிடப்போவதில்லை என்றெண்ணி, மன அமைதியடைகிறாள்.

ஒருபாற் சேர்க்கை என்பது கனடிய மண்ணில் ஒன்றும் தவறானதில்லை. சிகரெட் பிடிப்பதுபோல, மது அருந்துவதுபோல இதுவும் இளமையில் அவனுக்கு ஏற்பட்ட ஒரு பழக்கம் என்கிற புரிதலுக்கு வருகிறாள். ஆனாலும், அவன் ஒன்றும் ஆண்மை குறைந்தவனல்ல் என்பதையும் அவனது மனைவியாக அவளறிவாள். இப்போது என்ன செய்யலாம்? ‘அன்றூவோட சேர்ந்து வாழ்ந்த வாழ்க்கை இத்தோடு போதுமென விவாகரத்து கோரலாமா?’ வேண்டாமென்கிற முடிவுக்கு வருகிறாள்.

‘காதல் போயிற் சாதல் அல்ல சாய்தல்’ என மகாகவி பாரதி கண்ட புதுமைப்பெண்ணாய் புது முடிவு ஒன்றினை எடுக்கிறாள். ‘இனிமேல் அன்றூவை தனது பிடியில் வைத்திருக்க வேண்டும். முதலில் அவனிடம் அப்படியான தொடர்புகளை வைத்திருக்கும் கூட்டாளிகளை வெட்டிவிட வேண்டும். பிறகு, கவனமாகச் செயல்பட்டால் அதைச் சரிசெய்ய முடியும்’ என்கிற நம்பிக்கையோடு, மீண்டும் பியர்சன் விமான நிலையத்திற்குச் செல்கிறாள்.

இன்றைய இளைய தலைமுறை பெண்கள் முடிவெடுப்பதில் எப்படி உறுதியாகவும் திடமாகவும் இருக்கிறார்கள். எடுத்தோம், கவிழ்த்தோம் என்றில்லாமல், எதிர்கால வாழ்க்கையைக் கவனத்தில் கொண்டு, மிகச் சரியான முடிவை எடுப்பதில் தெளிவானவர்கள் என்பதை மிக நேர்த்தியாக இந்தக் கதையில் பகிர்ந்துள்ளார் குரு அரவிந்தன்.

மனக் குழப்பத்திலிருக்கும் எவரும் இந்தக் கதையைப் படித்தால், குழப்பத்திலிருந்து தெளிவைப் பெறலாம். எதிர் காலத்தைச் சிதைக்கா வண்ணம் சரியான முடிவெடுக்க வேண்டுமென்பதற்கான வழியினை காட்டும் சுடரொளி யென இந்தக் கதை நம்மை வழி நடத்திப் போகிறது. இந்தக் கதையைப் படிப்பவர் வேறொரு எழுத்தாளனின் வாசகனாக இருந்தாலும், இந்தக் கதையினூடாகத் தனக்கான வாசகனாக அவரைத் தன்பக்கம் சாய்த்து, சாதித்து விடுகிறார் குரு அரவிந்தன்.

நான்காவதான கதை 'அவள் வருவாளா?' இந்த நூலின் நிறைவுக் கதை. ஒரு நூலின் முதல் கதையும் நிறைவுக் கதையும் சிறந்த கதையாக அமையுமானால், அந்த நூல் வாசக மனதில் சிம்மாசனமிட்டு அமர்ந்துகொள்வது நிச்சயம் என்பார்கள். அப்படியான தேர்ந்த கதையாக இந்நூலின் நிறைவுக் கதையும் இடம்பெற்றுள்ளது சிறப்புக்குரியது.

'குடும்பச் சண்டைகள் நான்கு சுவர்களுக்குள் தீர்க்கப் பட வேண்டியவை' என்பது தமிழ் மக்களின் வாழ்வியலில் சொல்லப்படாத நீதி. 'எங்களுக்குள்ள ஆயிரம் இருக்கும். குறுக்கால நீ ஏன் மூக்கை நீட்டுறே?' என்று கணவன் – மனைவி சண்டைக்குள் நுழைபவரைப் பார்த்துக் கேட்பதை இன்றும் தமிழ்க் குடும்பங்களில் காண முடிகிறது. அப்படியான ஒரு வாழ்முறையைக் கொண்ட தமிழ்க் குடும்பமொன்று கனடிய நாட்டில் வாழ்கிறது.

கணவன் – மனைவிக்கான காரசாரமான உரையாடல் வலுக்கவே, ஒரு கட்டத்தில் மனைவியை அடிக்க கையோங்கி விடுகின்றான் கணவன். மனைவி படித்த வளாயிற்றே... சும்மா விடுவாளா?

செல்பேசி வழி சினேகிதிக்கு உடனே இதனைப் பகிர்கிறாள்.

'அடிக்கிற கணவனிடத்தில் வாழாதே. ம்... கிளம்பு' என்கிறாள் தோழி. தன் குழந்தையோடு தனியாக வாழச்

செல்கிறாள். மனைவியோடு சேர்ந்துவாழ ஆசைப் படுகிறான் கணவன். ஆனாலும், சுற்றிருப்பவர்கள் இவர் களைச் சேர்ந்துவாழ விடுவதாகயில்லை.

'ஒரு பொம்பிளைக்கு இவ்வளவு திமிர் எண்டால் நீ ஏன் அடங்கிப் போகு வேணும்? நீ பேசாமல் இரு. இவையெல்லாம் பட்டுத்தெளிய வேணும்' என்கிறார்கள்.

இருவர் பேசித் தீர்த்துக்கொள்ளும் சிறுசிறு சண்டை களுக்குள்ளும் மூன்றாம் நபர் நுழைந்தால், நூலிழைச் சிக்கல் கூட நூலாம்படைச் சிக்கலைப்போல பெரிதாகி விடுமென்பது இவர்களது வாழ்க்கையிலும் உண்மை யாகிறது.

ஒரு நாள், எதிரே தன் மனைவியைச் சந்திக்கும் கணவன், 'ஐயாம் சாரி' என்கிறான்.

'ஏன் மன்னிச்சுடு என்று சொல்ல மாட்டீங்களோ, பெரிய மானஸ்தன்' என்கிறாள் மனைவி.

இந்த உரையாடலில் தமிழர்களின் மனச் சிக்கலையும், காலங்காலமாகத் தமிழர்கள் மொழி குறித்து கொண்டுள்ள எண்ணத்தையும் நம்முன்னே விவாதமாக்கியுள்ளார் எழுத்தாளர் குரு அரவிந்தன். அதையும் கதைக்குள் துறுத்திக் கொண்டிருக்காமல், கதையின் இயல்பான போக்கிலேயே பேச வைத்து, நம்மையும் 'ஆமாம்' என ஏற்க வைத் துள்ளதும் கதாசிரியனுக்கு மட்டுமே வாய்த்த சவாலான பணி. அதை மிகத் திறம்பட இந்தக் கதையில் கையாண்டுள்ளார் கதாசிரியர் குரு அரவிந்தன்.

வாய்க்கூசாமல் வார்த்தைக்கு வார்த்தை 'சாரி' கேட்கும் தமிழர்களான நாம், ஏனோ 'மன்னிப்பு' என்று நம் தாய்மொழியில் கேட்கத் தயங்கவே செய்கிறோம். இதுதான் ஒருவனது தாய்மொழி, அவனது மனதோடு எவ்விதம் இணக்கமான உறவைக் கொண்டிருக்கிறது என்பதைச் சொல்லாமல் சொல்வதாகும். அந்நிய மொழியில் கேட்கும் 'சாரி' என்பதை வெறும் வார்த்தையாக மட்டும் கருதும் ஒருவன், அவனது தாய்மொழியில், அதனையே

'மன்னிப்பு' என்று கேட்கையில் தனக்கான தன்மானக் குறைவாகக் கருதுகின்றான். இந்த உளவியல்ரீதியான சிக்கலை ஒரு சிறிய உரையாடலின் வழி விவாதமாக்கும் எழுத்தாளர் குரு அரவிந்தன், தமிழ்ச் சிறுகதையாளர்களில் போற்றுதலுக்குரிய உயர்ந்த இடத்தைப் பிடிப்பது இந்த இடத்தில்தான்.

கணவன் – மனைவி சண்டை என்பதாக மட்டுமே இந்தக் கதை சுருங்கிவிடாமல், நவீன காலப் பெண்வாதப் போக்கையும் இந்தக் கதை மெல்லக் குட்டுகிறது. கதையின் முடிப்பு படிக்கும் எவருக்கும் நிச்சயம் பிடிக்கும்.

கணவன் – மனைவிக்குள் விழுந்த சிறுகீறலைப் பெரிய இடைவெளியாக்கி, இருவரையும் பிரித்த சினேகிதி கேட்கிறாள். 'இவனெல்லாம் ஒரு ஆம்பிளையா, உன்னைக் கைநீட்டி அடிச்சவன்ரி.' இதற்கு அவள் சொன்ன பதில்தான் இந்தக் கதையின் உச்சம்.

'இல்லை. ஆத்திரத்தில் நான்தான் முதல்ல அவரை அடிச்சனான். அதுக்குத்தான் அவர் கையோங்கினவர்.'

அப்படியானால், கணவன் அடிக்கத்தான் கையோங்கினான். அடிக்கவில்லை; உண்மையில் அடித்தவள் மனைவிதான்!

'மாறும் என்ற விதியைத் தவிர மற்றதெல்லாம் மாறும்' எனும் சமூக நியதியின்படி, இப்படியான மாற்றங்களும் இன்றைய சமூகத்தில் நிகழ்ந்துகொண்டுதான் இருக்கின்றன என்பதை இந்த ஒரு கதையின் வழியே பட்டவர்த்தமாகப் பதிவுசெய்துள்ளார் எழுத்தாளர் குரு அரவிந்தன்.

'சிறுகதை உலகின் தந்தை' எனப் போற்றப்படும் ரஷ்ய எழுத்தாளர் ஆண்டென் செகாவ், 'கதைகளில் மனித மனங்களிலுள்ள உண்மைகள் பேசப்பட வேண்டும். அந்த உண்மையின் பேரொளியே வாசக மனதிலும் சுடர்விட்டுப் பிரகாசிக்கும்' என்றார். அப்படியான ஒரு சமூக அக்கறையோடு எழுதப்பட்ட கதைகளாக எழுத்தாளர் குரு அரவிந்தனின் கதைகள் இருக்கின்றன.

எழுத்தாளர் குரு அரவிந்தனின் கதைகள் அனைத்துமே காதல் கதைகளாக என்றாலும், காதல் எனும் மையப் புள்ளியில் நின்றுகொண்டு, முதல் பார்வையிலேயே தூண்டப்படும் ஆண் – பெண் எதிர்பாலின கவர்ச்சியை, மனித உடலின்பத்தை, ஓரினச் சேர்க்கையை, பெண் சமத்துவத்தை, ஆணும் பெண்ணும் சேர்ந்து வாழ்வதன் சமூகத் தேவையை என அனைத்தையும் பேசுகின்றன என்பதே எழுத்தாளர் குரு அரவிந்தனின் கதைகள், இளை யோர்களுக்கு மட்டுமின்றி, மூத்தோர்களும் விரும்பிப் படிக்க காரணமாகிறது. எல்லாவற்றிற்கும் மேலாக, சின்னச் சின்னப் பத்திகளில் ஓடும் நதியின் வேகத்தோடு நம்மை அழைத்துச்செல்லும் எழுத்தாளர் குரு அரவிந்த னின் விறுவிறுப்பான மொழிநடை. ஆகா... அற்புதம். உங்களின் வாசகன் என்று சொல்வதில் நான் பெருமை யடைகின்றேன். வாழ்த்துகள்... எழுத்தாளரே.

*

தங்கையின் அழகிய சினேகிதி
குரு அரவிந்தன்
இனிய நந்தவனம் பதிப்பகம், திருச்சி.

நேர்காணல்கள்

எழுத்தில் இமயம் தொட்ட எழுத்தாளர் இமையம்

ஆசிரியர்களிடம் மனமாற்றம் ஏற்படாதவரை கல்வியில் மாற்றம் ஏற்படுத்த முடியாது

தனது 27-வது வயதில் எழுதிய 'கோவேறு கழுதைகள்' எனும் நாவல் மூலமாக ஒரு பாய்ச்சலாக, தமிழிலக்கிய வெளிக்குள் நுழைந்தவர் எழுத்தாளர் இமையம். விருத்தாச்சலத்தை அடுத்த கழுதூர் எனும் கிராமத்தில் பிறந்த இவரின் இயற்பெயர் அண்ணாமலை. அரசுப் பள்ளியொன்றில் ஆசிரியராகப் பணி செய்துவரும் எழுத்தாளர் இமையம், ஆறுமுகம், நறுமணம் உள்ளிட்ட நாவல்களையும், மண்பாரம், வீடியோ மாரியம்மன், சாவுசோறு உள்ளிட்ட சிறுகதை நூல்கள் பலவற்றையும் எழுதியுள்ளார். இவரது 'பெத்தவன்' நெடுங்கதை, தமிழ்ச் சமூகத்தில் நிகழும் ஆணவப் படுகொலையை இதயமதிர பதிவு செய்திருக்கும் முக்கியமான படைப்பாவணம்.

எழுதத் தொடங்கி, கால்நூற்றாண்டைத் தொட விருக்கும் வேளையில், எழுத்தாளரோடு நிகழ்த்திய உரையாடலில் கொஞ்சம் உங்களோடு:

எந்த மாதிரியான சூழலில், எதன் தாக்கத்தில் முதன்முதலாக எழுதத் தொடங்கினீர்கள்..?

1984–இல் எனது கிராமத்திலிருந்து கிளம்பி, திருச்சி பெரியார் கல்லூரில் நான் படிக்கப் போனேன். ஈழ விடுதலைப் போராட்டம் அப்போது உச்ச கட்டத்தில் இருந்த நேரம். அது தொடர்பான நூல்களைப் படிக்கத் தொடங்கினேன். மற்றபடி, பெரிய எழுத்தாளர் ஆகணும், நாவல் எழுதணும்னு என்கிற எந்த எண்ணமுமில்லை.

ஒரு பக்கம் விடுதலைப் புலிகளுக்கு ஆதரவாக நான் பேசிக் கொண்டிருந்தேன். இன்னொரு பக்கம் விடுதலைப் புலிகளுக்கு எதிரான விஷயங்களை முன்னெடுத்த ‘விடுதலை’ நாவலைப் படித்துக் கொண்டிருந்தேன். அப்ப, அய்கஃப்ன்னு ஒரு அமைப்பு சார்பா கல்லூரி மாணவர்களுக்கு எழுத்துப் பயிற்சின்னு ஒண்ணை கொடைக்கானல்ல நடத்துனாங்க. அதுவரை எனக்கு நாவல், சிறுகதை, கவிதைன்னா என்னான்னே தெரியாது.

80–களில் தமிழ்ச் சமுதாயமே வேற மாதிரி இருந்தது. ஜோல்னா பையை மாட்டிக்கிட்டு, புரட்சிப் பத்தி பேசிக்கிட்டு இருந்தாங்க. எனக்கும் இதில் ஆர்வமேற்பட்டு, நான் புரட்சி தொடர்பான கவிதைகளை எழுதிக் கொடுத்தேன். காதல், அது இதுன்னு வந்திருந்த கவிதைகள் மத்தியில் ‘யார் இந்த புரட்சிக்காரன்?’ என்று என் கவிதையை தனியே எடுத்துவைத்து, என் மேல் கவனத்தை ஏற்படுத்தியவர் பேராசிரியர் எஸ்.ஆல்பர்ட். இன்னும் பச்சையா சொல்லணும்னா நா கல்லூரிக்கு போற வரைக்கும் நியூஸ் பேப்பர் கூட படிச்சது கிடையாது. இந்தப் பயிற்சியில இலக்கியம் பற்றிய அறிமுகம் எனக்கு கிடைச்சது. படிக்க வேண்டிய நூல்கள்னு ஒரு பட்டியலையும் கொடுத்தாங்க. நான் தொடர்ந்து அவர்

களோடு போனேன். நவீனப் புத்தகங்களை வாசிக்கவும், நாடகங்கள், உலக சினிமாக்களைப் பார்க்கவும் தொடங்கினேன்.

முதல் நாவலை எழுத வேண்டுமென்கிற எண்ணம் எப்போது உருவானது..?

1985–இல் ஆந்திராவில் என்.டி.ராமராவோட ஆட்சி நடக்குது. ஒரு தலித் பெண் கிணற்றிலே தண்ணி எடுத்த தாலே, அவளோட உறுப்பிலே சுட்டுக் கொன்னுட்டாங்க. இதுக்கு எதிரா தமிழ்நாட்டில் பல அமைப்புகள் போராட்டம் செஞ்சாங்க. அப்போ திமுக மேல எனக்கு ஒரு பற்று இருந்துச்சு. அந்த சமயங்கள்ல என்னோட எழுத்தில விடியல்ங்கிற வார்த்தை இல்லாம இருக்காது. புரட்சி, ஊர்வலம் என்கிற வார்த்தைகள் எனக்கு ரொம்பப் பிடிச்சிருந்துச்சு. இது அந்த காலகட்டத்திலே தவிர்க்கவே முடியாததா இருந்துச்சு.

ஒருமுறை பேராசிரியர் ஆல்பர்ட் என்கிட்டே, “ஏதேதோ எழுதுறே. உன்னைப் பத்தி எழுது..!” என்று சொன்னார். சில நேரங்கள்ல யாராவது சொல்றதை சட்டுனு நமக்கு ஏத்துக்கத் தோணும். பொதுவாவே நான் யார் சொல்றதையும் கேக்கிற ஆளில்லை. ஆனா, ஆல்பர்ட் சார் சொன்னதுன்னு சரின்னு என் மனசுக்குப் பட்டுச்சு. ஒரு நாள் கல்லூரி முடிஞ்சு ஊருக்குத் திரும்பி வந்துக்கிட்டு இருக்கேன். ராத்திரி நேரம். ஆரோக்கிய மேரின்னு ஒரு அம்மா பெரிசா ஒப்பாரி வச்சு அழுதுக்கிட்டு இருந்துச்சு. அந்த ஒப்பாரிதான் என்னோட முதல் நாவல் ‘கோவேறு கழுதைகளா’ச்சு.

‘கோவேறு கழுதைகள்’ நாவலை சுந்தர ராமசாமி, வெங்கட் சாமிநாதன் போன்றவர்கள் ரொம்பவே பாராட்டினாங்க. ஆனா, ‘நிறப்பிரிகை’ போன்ற சிறுபத்திரிகையாளர்கள் தலித் சாதிகளுக்குள்ளான உள்முரண்களை நாவல் சொல்வதாக கூறினார்கள். இந்த விமர்சனங்கள் உங்களுக்குள் என்ன மாதிரியான தாக்கத்தை உண்டாக்கின..?

நான் நாவல் எழுதினபோது எனக்கு சுந்தர ராமசாமின்னா யாருன்னு தெரியாது. க்ரியா பதிப்பகம் எங்கிருக்குனு தெரியாது. திருச்சியில உள்ள ஒரு பெட்டிக்கடையிலே 'மீள முடியுமா?' ஒரு புத்தகத்தைப் பார்த்தேன். அதைப் பார்த்ததுமே பிடிச்சிருந்துச்சு. நாம புத்தகம் போட்டா இங்க தான் போடணும்னு முடிவு பண்ணிட்டேன். அந்தப் புத்தகத்தைப் போட்டது க்ரியா தான். கடந்த 25 ஆண்டுகளாக ஒரு ரைட்டருக்கும் பப்ளிஷருக்குமான எவ்வித கசப்புமின்றித் தொடர்றோம்.

என்னோட நாவலை சுந்தர ராமசாமி தூக்கிப் பிடிச்சாரா, வெங்கட் சாமிநாதன் தூக்கிப்பிடிச்சாராங்கிறது பாயிண்ட் இல்லே.

1987–ல் நான் எழுதின நாவலை முதன்முதலா பூர்ண சந்திரன் தான் படிச்சாரு. 1991–ல நானும் பூரணசந்திரனும் போயித்தான் க்ரியா ராமகிருஷ்ணன் கிட்டே நாவலைக் கொடுத்தோம். 1994–ல் நாவல் வெளியானது. சுந்தர ராமசாமி நாவலைப் படிச்சிட்டு 'காலச்சுவடு'ல எழுது னாரு. அப்புறம் வெங்கட் சாமிநாதன் பாராட்டினாரு. உண்மையச் சொல்லணும்னா எனக்கு இந்த பாலிடிக்ஸ் சுத்தமாப் பிடிக்காது. நிறப்பிரிகை கூட்டங்களுக்குப் போவேன். நா எல்லாக் கூட்டங்களுக்குமே போயிருக்கேன். அப்பெல்லாம் நாலு பேரு உட்கார்ந்து மணிக்கணக்காப் பேசிக்கிட்டு இருப்போம். கையில பஸ்ஸுக்கு காசு இருக்காது. ஆனாலும், கனவுகளோட பேசிக்கிட்டு இருப்போம். இப்ப, கனவுகள் தீர்ந்துபோன காலத்தில வாழ்ந்துக்கிட்டு இருக்கோம்.

அ.மார்க்ஸ், ரவிக்குமார், ஆல்பர்ட், ராமசாமி, வெங்கட் சாமிநாதன், ராஜ் கௌதமன்னு இவங்களுகெல்லாம் என்ன அரசியல் இருக்குன்னு எனக்குத் தெரியாது. ஆனா, நா மனப்பூர்வமா எழுதுனேன். எதை நான் பார்த்தேனோ அதை எழுதுனேன். எவன் அழுதானோ, அவனைப் பத்தி எழுதுனேன். எவன் வலியால துடிச்சானோ, அந்த

வலியைப் பத்தி எழுதினேன். நான் எந்த அரசியல் எல்லைக்கும் கட்டுப்பட்டு எழுதவில்லை. இங்க, ஏதோ மேதாவி மாதிரி மேலே உக்காந்துக்கிட்டு, கீழே பாத்து கருத்து சொல்றதுதான் நடந்துக்கிட்டு இருக்கு. 'கோவேறு கழுதைகள்' நாவலுக்கு ஆதரவான விமர்சனங்களும் வந்தன. எதிர்மறையான விமர்சனங்களும் வந்தன. இதை ரெண்டையுமே நான் பொருட்படுத்தவில்லை. ஒரு ரைட்டரை புகழ்றதும் தேவையில்லாதது; இகழ்ச்சியைப் பொருட்படுத்துறதும் தேவையில்லாதது.

நீங்கள் எழுதத் தொடங்கிய காலகட்டத்தில் தான் தமிழில் தலித் இலக்கியம் குறித்த உரையாடல், விவாதங்கள் நிகழத் தொடங்கின. அந்தச் சூழலை நீங்கள் எவ்வாறு அணுகுனீர்கள்..?

உண்மையில் எனக்கு வாய்த்த ஆசிரியர்களும், நண்பர் களும் எனக்கு மிகுந்த உதவியாக இருந்தார்கள். ஆல்பர்ட் அதிர்ந்துகூட பேசாதவர். பூர்ணசந்திரன் சிரிச்சுக்கிட்டே பேசக் கூடியவர். இருவருமே உலக இலக்கியங்களோடு நல்ல பரிட்சயம் உடையவர்கள். இலக்கியம் குறித்த விவாதம் இருவருக்குமிடையே சண்டையாகக்கூட மாறும். ஆனாலும், ஒரு நூல் அளவுகூட இருவருக்கும் கசப்பு இருந்ததில்லை. "இலக்கியங்கிறது வேற; கோஷங்கிறது வேற. கோஷம் ஊர்வலத்தோட முடிஞ்சு போயிடும். ஆனா, இலக்கியம் முடியாதது"ன்னு ஆல்பர்ட் சொல்வாரு. அவரோட காலையிலே, மாலையிலே, ராத்திரியிலேன்னு ஒண்ணாவே சேர்ந்து பேசிப்பேசித்தான் இலக்கியத்தைப் புரிஞ்சுக்கிட்டேன். திருச்சியிலே நவீன இலக்கிய குரூப் இருந்தாங்க.

ரவிக்குமார் முழுக்க மார்க்சிஸ்ட்டா இருந்து பிறகு தலித்திஸ்ட்டா மாறினவரு. எனக்கு இன்னமும் ஒரு கேள்வி இருக்கு. உண்மையிலே தமிழ்நாட்டிலே தலித்திஸ்ட்டுன்னு யாராவது இருக்காங்களா..? மார்க்சிஸ்ட்டா இருந்தவங்க தானே தலித்திஸ்ட்டா மாறினீங்க. லேபிளைத்தானே மாத்திக்கிட்டீங்க. அம்பேத்கர் நூற்றாண்டு வரும்போது

தொடங்கிய அரசியல், இந்தியா முழுக்க ஒரு மாற்றத்தை உருவாக்கியது. அன்றைக்கு இருந்த அரசியல் சூழல் உங்களைத் தலித்திஸ்ட்டாக மாற்றியது. கலையிலே பெரிசா என்ன மாற்றத்தை உருவாக்கினீங்க. ஏற்கெனவே, மார்க்சிஸ்ட்டா இருந்து என்ன எழுதுனீங்களோ அதையே தான் தலித்திஸ்ட்டா இருந்தும் எழுதுனீங்க. அங்க ஊர்வலம் போனீங்க. இங்க உங்க சாதிய அடையாளப் படுத்திக்கிட்டீங்க. இப்படி எனக்கும் நிறைய கேள்விகள் இருக்கு. எதுக்கு வீணா வம்பு தும்பு வந்துருமோன்னு பயமா இருக்கு.

தொடக்கக் காலத்தில் பெரிய அளவிற்கு கவனிப்பைப் பெற்றன தலித் படைப்புகள். இன்றைக்கு குறிப்பிட்டுச் சொல்லத்தக்க தலித் படைப்பாளியென்று யாரைச் சொல்லலாம்..?

பிள்ளைகள் இருக்கு; ஆனா. எல்லாமே சவலைப் பிள்ளையா இருக்கு. இருத்தலியல் தத்துவதத்தை இலக்கிய மாக்கிய 'மீள முடியுமா?' மாதிரியான இலக்கிய படைப்புகள் தமிழில் எழுதப்பட்டிருக்கா..? அந்த மாதிரி யாக ஒரு தத்துவத்தை நடைமுறை வாழ்க்கையிலே இலக்கியமாக்கியப் படைப்பு தமிழில் இல்லைன்னுதான் சொல்வேன்.

சமீபத்தில ஒரு எழுத்தாளர் எழுதுன கதையிலே 'வெயில் துள்ளிக் குதித்தது'ன்னு எழுதுறாரு. ஒரு கதை அதுக்கு எவ்வளவோ விஷயங்கள் தேவைப்படுது. எழுது றோம்னா ஒருத்தனைப் பத்தி கதை எழுதணும்னா அவனோட வயசு என்ன, அவனோட குணாதிசயங்கள் என்ன, அவன் யாரோட பழகுறான் என்ன மாதிரி உரையாடலைக் கையாள்றான் என்பது பற்றியான குறைந்தபட்ச அறிவாவது இருக்க வேண்டாமா..? தமிழில் எழுதிக்கொண்டிருக்கிற 99 சதவீத எழுத்தாளர்களுக்கு இது பொருந்தும்.

'தலித் இலக்கியம்' எனும் பெயரால் 'தயாரிக்கப்படுகிற' படைப்புகள் என்றைக்கும் இலக்கியமாகாது.

பொது சமூகத்திலிருந்து தலித் மக்களை ஒதுக்கி வைப்பதால், அவர்களது வாழ்க்கை முறை பற்றி பலரும் அறிந்துகொள்வதற்கு ஒரே வாய்ப்பாக தலித் இலக்கியங்கள் தானே இன்றைக்கும் இருக்கின்றன..!

பறையன், பள்ளன், சக்கிலியன்னு சொல்வதற்குப் பதிலாக நவீன பெயர் தலித் என்கிறீர்கள். முன்பு ஒரு பெயரை வைத்து அழைத்தீர்கள். இப்போது ஒரு பெயரை வைத்து அழைக்கிறீர்கள். அவ்வளவுதான். தலித்துகள் பற்றி பொதுவெளியில் இருக்கும் இரக்க உணர்ச்சி தேவையில்லாதது. நாங்கள் எதிர்பார்ப்பது அற உணர்ச்சி. நீங்க வெட்கப்படவில்லையேனு நாங்க வருத்தப்படுறோம். ஏன் இவங்களை ஒதுக்கி வச்சோம்னு நீங்க குற்ற உணர்வு அடையலேன்னு நான் கேக்கிறேன். உன் மேல அன்பா இருந்தேங்கிறீங்க. உங்க அன்பு என்னத்துக்கு..?

இரண்டாயிரம் வருசமா ஒரு சமூகத்தை, இனத்தை ஒடுக்கி வச்சிருந்தோமேன்னு ஒரு குற்ற உணர்வுகூட இல்லே.

90-களில் எல்லாரும் சேர்ந்து 'தலித் சிறப்பிதழ்கள்' வெளியிட்டீங்க. இப்ப 2017-ல் ஏன் யாரும் தலித் சிறப்பிதழ்கள் வெளியிடலே. தலித் சிறுகதைச் சிறப்பிதழ் வரலே. சாகித்திய அகாதெமி தலித் படைப்பிலக்கியம் பற்றி கூட்டம் நடத்தலே. 20 வருசத்திலேயே உங்களோட கருணை உணர்ச்சி, இரக்க உணர்ச்சி வடிச்சுபோச்சே. உங்க அன்பு 20 வருசம்கூட தாக்குப் பிடிக்கலையே. நா இரண்டாயிரம் வருசமா உனக்கு செஞ்ச அவமானத்தை மறக்காம ஆவணமா செஞ்சீயேன்னு சொல்லி 'தலித் இலக்கியத்தை'ப் பாராட்டுனீங்க. இதுதான் உண்மை. அன்பு என்பதென்ன 20 வருசத்திலா முடிஞ்சு போயிடும்..?

20 வருசத்துக்கு முந்தி 'தலித் இலக்கியம்' ஒரு சந்தைப் பொருளா இருந்தது. இன்னைக்கு அதுக்கு மார்க்கெட் இல்லே.

நவீன அறிவியல் கண்டுபிடிப்பான செல்போன் வந்த பிறகு, நிறையப் பெண்கள் அதைத் தப்பாவே பயன்படுத்துறாங்க. செல்போன் பேசும் பெண்களால் கலாச்சாரம் கெட்டுப்போய் விட்டது என்பது போன்ற சிந்தனை உங்களின் சில கதைகளைப் படிக்கையில் உண்டாகிறதே..!

அது தனிநபர்கள் சம்பந்தப்பட்ட கதைகளல்ல. ஒரு சமூகம் குறித்த கதைகள். என் கதைகளில் வருகிறவர்கள் வாழ்க்கையில் நொந்து நொந்து பேசுகிறார்கள். அவர்கள் அப்படி பேசுவதற்கு அப்பாவோ, அண்ணனோ, தம்பியோ, வேறு யாரோ காரணமாக இருக்கலாம். நான் என்ன நினைத்து எழுதுகிறேனோ, அதை அப்படியே நீங்களும் புரிந்துகொள்வதில்லை. என் கதைகளில் சொல்லப்படும் பெண்களின் தத்தளிப்புக்கு யார் காரணமென்று கண்டு பிடிப்பார்கள் என்று நினைத்தேன். இன்னும் சொல்லப் போனா, இன்னிக்கு தமிழ் எழுதிக்கிட்டிருக்கிற ரைட்டர் நிகழ்காலத்தைப் பத்தி எழுதிறதில்லே. 50, 60 வருசத்துக்கு முந்தின ஒரு விஷயத்தைப் பத்தித்தான் எழுதிக்கிட்டு இருக்காங்க.

நான் என்ன நினைக்கிறேன்னா, இந்த டைம்ல சொசைட்டி எப்படி மாறியிருக்குன்னு ஒரு ரைட்டரா பார்க்கணும். எவ்வளவு நெருக்கடியிலேயும் மக்கள் பேசிக்கிட்டே தான் போறாங்க. 24 மணிநேரமும் பேச முடியும்ங்கிற சூழல் இன்னிக்கு வந்திருக்கு. எதிர்ல லாரி வந்து இடிச்சாக்கூட சொரணை இல்லாம போன் பேசிக்கிட்டே போறாங்களே. செல்போன், இணையம், முகநூல் எல்லாத்துக்குமே ஒரு அளவிருக்கு. இவிங்க நவீன இலக்கியம்னு சொல்றாங்களே, இந்த நவீன காலச் சிக்கலைத்தான் ரைட்டரா ஒருத்தன் எழுதணும். நான் அதில் ஒரு கருவியா செல்போனைப் பத்தி எழுதுறேன். செல்போன்ங்கிற விஞ்ஞான கருவியால பெண்களோட துன்பம் கூடிப் போயிருச்சுங்கிற மீனிங்ல தான் நான் கதைகளை எழுதுறேன்.

இந்த அறிவியல் கண்டுபிடிப்புகள் வேண்டாமென்றுதான் இன்னமும் நீங்கள் கதைகளைப் பேனாவால் எழுதிக் கொண்டிருக்கிறீர்களா..?

அது காரணமில்லை. அதிலே சில சௌகரியங்கள் இருக்கு. கம்யூட்டர்ல அடிச்சா உடனே உங்களுக்குத் திருப்தி ஏற்பட்டு விடும். எல்லாம் சரியா இருக்குன்னு ஒரு நம்பிக்கை ஏற்பட்டு விடும். உடனே மெயில்ல ஃபார்வேடு பண்ணிடுவீங்க. இன்னிக்கு பத்து நாளைக்குப் போடுற ஸ்டேட்டஸ் மாதிரி தான் ஒரு கட்டுரையை, கவிதையை நெனக்கிறான். அறிவியல் இல்லாமல் ஒரு மணிநேரம்கூட மனிதனால் இன்றைக்கு இருக்க முடியாது. ஒரு ரைட்டரா எனக்கொரு பொறுப்பு இருக்கு. நாடு சரியில்லே, ஜனங்க சரியில்லே, நீங்கள்லாம் சரியில்லேனு தானே நாங்க கதை எழுதுறோம். அப்ப, நாங்க சரியா இருக்கணும்ல. எதுக்கும் ஒரு அளவிருக்கு.

எழுத்தாளராக மட்டுமல்ல, நீங்கள் ஒரு ஆசிரியராகவும் இருக்கிறீர்கள். பொதுவாக தமிழ்நாட்டின் கல்வித்தரம் இன்றைக்கு வளர்ச்சி நிலையை நோக்கிச் செல்வதாக நினைக்கிறீர்களா..?

1980–களில் நான் படிக்கிற காலத்தில் குறைந்தபட்சம் மனப்பாட சக்தியாவது இருந்தது. 10 பாடல்களையாவது மனப்பாடமாக ரசித்துச் சொல்லுவான். இன்னிக்கு பார்த்துப் படிக்கத் தெரியாதவர்களாக இருக்கிறார்கள். கல்வித்துறையில் எவ்வளவோ மாற்றங்கள் வர்றதாச் சொல்றாங்க, சொல்லித் தருகிறவன் திறமையில்லாத போது, நீங்க சிஸ்டத்தை மாத்தி என்ன பண்ணப் போறீங்க? வாத்தியாருக்கு டிரைனிங் கொடுக்குறேன்னு சொல்றீங்க. டிரைனிங் கொடுக்கிற ஆளும் திறமை யில்லாதவனாத்தானே இருக்கான். எதுக்குமே அன்ஃபிட் ஆகிற ஆள் தானே வாத்தியாருக்குப் படிக்க வர்றான். பிறகு எப்படி கல்வித்துறை முன்னேறும்..?

அரசுப் பள்ளி, தனியார்ப் பள்ளின்னு பிரிச்சு வச்சுட்டோம். தனியார்ப் பள்ளிக்குப் போற பிள்ளை காலையிலே 6 மணிக்குப் போயி, மாலை 6 மணிக்கு

வருது. குடும்பமே அந்தப் பிள்ளைக்காக படிக்குது. அரசுப் பள்ளியில படிக்கிற குழந்தைக்கு வாத்தியாரும் பாடம் நடத்துறது இல்லே. பிள்ளையும் படிக்கிறதில்லே. பெத்தவங்களும் ஏன் படிக்கலேன்னு கேக்கிறதில்லே. நிலைமை இப்படி இருக்கையிலே அரசுப்பள்ளியை எப்படி மேம்படுத்த முடியும்..? இன்னும் 20 ஆண்டுகளில், 'அரசு கல்வியை இலவசமாக வழங்கியது' என்று டிஎன்பிசியிலோ, டிஆர்பியிலோ நீங்க ஒரு தகவலா எழுதுவீங்க. ஆசிரியர்களிடம் மனமாற்றம் ஏற்படாதவரை கல்வியில் மாற்றம் ஏற்படுத்த முடியாது.

(2017, செப்டம்பர்)

வரலாற்று நாயகர் எழுத்தாளர் மு.ராஜேந்திரன்

**இந்திய சுதந்திர போராட்ட வரலாறு
தென்தமிழகத்திலிருந்துதான் தொடங்கியது**

இந்திய ஆட்சிப்பணி அதிகாரி, வரலாற்று ஆய்வாளர், வழக்கறிஞர், மொழிபெயர்ப்பாளர், நாவலாசிரியர், இந்திய சிலம்பாட்ட அமைப்பின் தேசியத் தலைவர், கம்பம் மங்கலதேவி கண்ணகி அறக்கட்டளையின் மேனேஜிங் டிரஸ்டி என்கிற பன்முக அடையாளங்களுடன் தொடர்ந்து 30 ஆண்டுகளுக்கும் மேலாக இயங்கிவருபவர் எழுத்தாளர் டாக்டர் மு.ராஜேந்திரன், இஆப.

சேரர், சோழர், பாண்டியர், பல்லவர் காலச் செப் பேடுகளை எளிய மொழியில் தந்ததோடு, வடகரை, 1801, காலா பாணி, மதாம் ஆகிய 4 நாவல்களையும், பாதாளி எனும் சிறுகதைத் தொகுப்பையும், வெயில் தேசத்தில் வெள்ளையர்கள், யானைகளின் கடைசி தேசம்,

வண்ணச் சீரடி ஆகிய கட்டுரை நூல்களையும் எழுதி யுள்ளார். 'இந்திய பழங்குடிகள்' எனும் ஆங்கில நூலை நேஷனல் புக் டிரஸ்ட்டுக்காக தமிழில் மொழிபெயர்த் துள்ளார்.

'காலா பாணி' எனும் நாவலுக்கு 2022-ஆம் ஆண்டுக் கான சாகித்திய அகாதெமி விருதினைப் பெற்றிருக்கும் எழுத்தாளர் மு.ராஜேந்திரனுக்கு வாழ்த்துகளைத் தெரி வித்துவிட்டு, அவரோடு நடத்திய உரையாடலிது:

சிறுவயது நாட்களின் மலரும் நினைவுகள் பற்றி...

நான் மதுரை மாவட்டம் திருமங்கலம் வட்டத்திலுள்ள வடகரை எனும் கிராமத்தில் பிறந்தேன். எனது தந்தையார் முத்தையா, கிராம முனிசீஃப்பாக பணியாற்றியவர். எனது தாய் ஜெயலெட்சுமி அரசு ஆரம்பப்பள்ளி ஆசிரியராகப் பணியாற்றியவர். சிறுவயது முதலே நன்கு படிக்க வேண்டும் அரசுப் பணியில் உயர்ந்த பொறுப்புகளில் வேலை செய்ய வேண்டுமென்கிற எண்ணம் எனக்கு வந்தது.

மதுரை சட்டக்கல்லூரியில் பி.எல்., படித்தேன். இன்னொரு பக்கம் இந்திய ஆட்சிப்பணி தேர்வுக்காகவும் என்னைத் தயார் செய்து கொண்டிருந்தேன். மதுரை உயர் நீதிமன்றத்தில் மூன்றாண்டுகள் வழக்கறிஞராகப் பணி யாற்றிய அனுபவம், எனக்கு மிகவும் பயனளிப்பதாகவும் அமைந்தது.

உங்களின் வளர்ச்சிக்கு காரணமாக இருந்தவர் யார்?

எங்கள் அய்யா (அப்பாவின் அப்பா) அய்யம்பெருமாள் தேவர், என்னைப் பெரிதும் ஊக்கப்படுத்தி, என்னாலும் முடியும் என்கிற நம்பிக்கையை விதைத்த முதல் ஆளுமை ஆவர். வடகரை கிராம முனிசீப்பாகவும், பின்னர் வடகரை பஞ்சாயத்து தலைவராகவும் இருந்தவர்.

படிப்பு, விளையாட்டு, உடல் பலம் என எதிலும் பெரிய அளவில் சொல்லிக்கொள்ளும்படியான ஆள்

நானில்லை. என்றாலும் எப்போதும் என்னைப் பற்றி மிகுந்த உயர்வாகவும், பெருமையாகவும் சொல்லிச் சொல்லியே என்னை வளர்த்தெடுத்தவர். நம்மிடம் இல்லாத ஒன்றைக்கூட, திரும்பத் திரும்பச் சொல்லி, என்னை நம்ப வைத்தார். எனது 18–ஆவது வயதில் அய்யா இறந்த பிறகு, அவர் சொன்ன தன்னம்பிக்கையான வார்த்தைகளே என்னை வழிநடத்தின. எந்த ஒரு செயலைச் செய்யும்போதும் எங்கள் அய்யாவின் ஆசிர்வாதத்தோடு தான், இப்போதும் நான் செய்யத் தொடங்குகிறேன்.

உங்களால் மறக்க முடியாத மனிதர் யாரேனும் உண்டா?

நிச்சயமாக உண்டு. ஆனால் ஒருவர் அல்ல இருவர். இருவர் என்றுகூட எண்ணிக்கையில் அவர்களைச் சொல்ல முடியாது. ஒருவர், மிஸ்டர் பொதுஜனம். நான் பல துறைகளிலும் அதிகாரியாக இருந்தபோது, என்னிடம் கோரிக்கையோடு வரும் பொதுஜனத்தின் குரலைக் காது கொடுத்து கேட்பேன். சரியான கோரிக்கை என்றால் அதை நிச்சயம் செய்துகொடுப்பேன். பொதுஜனத்தை தேவையின்றி அலையவிடக்கூடாது என்பதில் கவனமாக இருப்பேன்.

நம்மை முதல்முறையாகச் சந்தித்த ஒருவர், அடுத்த முறை பார்க்கும்போதும் நம் முகம் பார்த்து புன்னகைக்கும் அளவிற்கு அவர்களுக்கான பணிகளைச் செய்து தரு வதை வழக்கமாகக் கொண்டிருந்தேன்.

மற்றொருவர் மிஸ்டர் வாசகர். ஓர் எழுத்தாளனாக நான் எழுதும்போதெல்லாம் என் எழுத்து வாசகருக்கு எப்படியான அனுபவத்தைத் தர வேண்டுமென்பதில் மிகுந்த கவனமுடன் இருப்பேன். என்னைப் பார்த்துக் கொண்டும், பார்த்தும் பார்க்காதது மாதிரியும் கடந்து செல்லும் எல்லோருமே என் அன்பிற்கினிய வாசகர்களே.

அவர்கள் சொல்லும் ஒவ்வொரு வார்த்தையும், வரியும் கூட என்னளவில் மிக முக்கியமானதெனக் கவனத்தில் கொள்வேன்.

மிஸ்டர் பொதுஜனம், மிஸ்டர் வாசகர் இருவருமே என்னால் மறக்கவும் முடியாத, அவர்களிலிருந்து நான் விலகியும் வரமுடியாத இரு சிறப்புக்குரியவர்கள் என்று சொல்வேன்.

இலக்கிய வாசிப்பின் பக்கம் உங்கள் கவனம் எப்போது திரும்பியது?

எனது பள்ளி நாட்களிலேயே புத்தக வாசிப்பில் எனக்கு ஆர்வமுண்டு. எந்த நூலை எடுத்தாலும் உடனே படித்து முடித்துவிடுவேன். ஒருமுறை நா.பார்த்தசாரதி எழுதிய 'பிறந்த மண்' நூலைப் படித்தபோது, எனக்கும் கதை எழுத வேண்டுமென்கிற எண்ணம் வந்தது. அந்தப் பள்ளி வயதில் நான் படித்த நா.பா.வின் கதையையே சில பெயர்களை மட்டும் மாற்றி, எனது அனுபவத்துடன் சேர்த்து கதையாக எழுதினேன். ஆனால் அதை யாரிடமும் படிக்க கொடுக்காமல் நானே வைத்துக்கொண்டேன்.

பிறகு கல்லூரி நாட்களில் ஆங்கில இலக்கியம் படிக்கையில், நிறைய நூல்களைத் தேடியெடுத்துப் படிக்கத் தொடங்கினேன். ஆங்கில இலக்கிய நூல்களை மட்டுமின்றி, தமிழ் இலக்கிய நூல்களையும் நான் அப்போதிலிருந்தே படிக்கத் தொடங்கினேன். என்னை மிகவும் ஈர்த்த நூலாகத் திருக்குறள் இருந்தது.

திருக்குறளை ஆய்வுசெய்து முனைவர் பட்டம் பெற்றிருக்கிறீர்களே..!

நான் தஞ்சாவூர் மாவட்ட வழங்கல் அலுவலராகப் பணியாற்றிக் கொண்டிருந்தேன். சில கூட்டங்களுக்காக தஞ்சாவூர் தமிழ்ப் பல்கலைக்கழகத்திற்கு செல்வதுண்டு. சிறுவயதிலிருந்தே திருக்குறளின் மீது ஆர்வமிருந்தது. நான் வழக்கறிஞராகப் பணி செய்த காலத்தில் அடிக்கடி திருக்குறளை மேற்கோளாகச் சொல்வதுமுண்டு. திருக்குறளில் முனைவர் பட்ட ஆய்வுசெய்ய வேண்டுமென்கிற எண்ணம் வந்தது.

தஞ்சை தமிழ்ப் பல்கலைக்கழகத்தில் ‘திருக்குறளில் உள்நாட்டு வெளிநாட்டு சட்டக் கூறுகள்’ எனும் தலைப்பில் என் ஆய்வினைச் செய்தேன். ஈராயிரம் ஆண்டுகளுக்கு முன்பே இன்றைக்கு உலகின் பல நாடுகளில் பின்பற்றப் பட்டு வரும் சட்டக்கூறுகளைப் பற்றி திருவள்ளுவர் எழுதியிருக்கிறாரே என்கிற வியப்புடனே என் ஆய்வினைச் செய்து முடித்தேன். தஞ்சை தமிழ்ப் பல்கலைக்கழகத்தில் முனைவர் பட்டம் பெற்ற முதல் மாணவர் என்கிற பெருமையும் இதனால் எனக்கு கிட்டியது.

நூல்களை எழுதும் ஆர்வம் எப்போது உண்டானது..?

எழுத வேண்டுமென்கிற ஆர்வம் எனக்கு இருந்தாலும், எனது நெருக்கடியான பணிச்சூழலால் அது கைகூடா மலேயே இருந்தது. ஆனாலும், நான் எங்கு சென்றாலும் மிக கவனமாக குறிப்புகளை எடுப்பது வழக்கம். அந்த வகையில் நிறைய தகவல்களைச் சேகரித்து வைத்திருந்தேன்.

தஞ்சாவூரில் பணியாற்றியபோது ‘காவிரி தந்த கலைச் செல்வம்’ (1992) எனும் நூலையும், ‘மகாமகம்’ (1995) எனும் நூலையும் தமிழக அரசுக்காக தொகுப்பாசிரியர்களுள் ஒருவராகஇருந்துவெளியிட்டேன்.பிறகுதிருவண்ணாமலை மாவட்ட ஆட்சியராகப் பொறுப்பேற்றேன்.

2010–ஆம் ஆண்டு திருவண்ணாமலை மாவட்டத்தி லுள்ள வந்தவாசிக்குச் சென்றேன். இந்திய வரலாற்றில் மிக முக்கியமான ‘வந்தவாசிப் போர்’ நடைபெற்ற ஊரது. 1760–ஆம் ஆண்டு புதுச்சேரியை ஆண்டுகொண்டிருந்த பிரெஞ்சுக்காரர்களுக்கும், தமிழகத்தின் பல பகுதிகளை ஆண்டுகொண்டிருந்த பிரிட்டிஷாருக்கும் வந்தவாசியில் போர் நடைபெற்றது. சிறிய அளவிலான போர் என்றா லும், அந்தப் போரில் தோல்வியுற்றதன் காரணமாக பிரெஞ்சுக்காரர்களின் ஆதிக்கம் புதுச்சேரியோடு சுருங்கிப் போனது. பிரிட்டிஷாரின் ஆதிக்கம் இந்தியாவெங்கிலும் பரவியது. இன்றைய தலைமுறையினரில் பலரும் அறிந் திராத இந்த வரலாற்றினைப் பதிவுசெய்யும் நோக்கில்,

நானும் கவிஞர் அ.வெண்ணிலாவும் சேர்ந்து 'வந்தவாசிப் போர் 250' எனும் கட்டுரை நூலைத் தொகுத்தோம். அந்த நூலுக்குக் கிடைத்த பாராட்டும், வரவேற்பும் தொடர்ந்து என்னை எழுத்தின் பக்கமாக இழுத்து வந்தது.

தங்களது '1801' நாவல் பரவலாகப் பேசப்பட்டதே..!

600 ஆண்டுகால எனது குடும்ப வரலாற்று நாவலான 'வடகரை: ஒரு வம்சத்தின் வரலாறு' நூலைத் தொடர்ந்து நான் எழுதிய நாவல் '1801.'

1857–இல் நடைபெற்ற 'சிப்பாய் கலக'த்தைத்தான் இந்தியாவின் முதல் சுதந்திரப் போர் என்று நாம் படித்து வருகிறோம். மதுரையில் வசித்துவந்த வரலாற்றுப் பேராசிரியர் டாக்டர் கே.ராஜய்யனைச் சந்தித்தேன். அவர் முன்பே 'South Indian Rebellion' எனும் ஆங்கில நூலினை எழுதியுள்ளார். 1801–ஆம் ஆண்டில் மருது சகோதரர்கள் தென்தமிழகத்தில் இருந்து ஆங்கிலேயருக்கு எதிரான தங்களது போராட்டத்தைப் பிரகடனமாக அறிவித்தது பற்றி என்னிடம் பகிர்ந்துகொண்டார். இதைக் கேட்டதும் இந்திய சுதந்திர போராட்டம் நம் தமிழகத்தில்தான் முதன் முதலாகத் தொடங்கியது என்பதை மத்திய அரசு அறிவிக்க வேண்டுமென்கிற எண்ணத்தில் நானே சென்னை உயர்நீதி மன்றத்தில் ஒரு வழக்கினைப் பதிவுசெய்தேன். அது தொடர்பாக பல நூல்களைப் படித்தேன். பல ஊர்களுக்குப் பயணம் செய்தேன். அதன் விளைவாக பிறந்ததே '1801' நாவல். அந்த நாவலுக்கு மலேசியாவிலுள்ள டான்ஸ்ரீ சோமா நிலநிதி கூட்டுறவு சங்கம், தமிழின் சிறந்த நூல் எனும் பாராட்டோடு, ரூ.7 இலட்சம் பரிசினையும் கொடுத்து, என்னை மலேசியா விற்கே அழைத்து வழங்கியது.

சாகித்திய அகாதெமி விருது பெற்ற 'காலா பாணி' நாவலைப் பற்றி சொல்லுங்களேன்..!

'1801' நாவலின் இரண்டாம் பாகமே 'காலா பாணி' நாவல். தென்தமிழகத்தின் ஆட்சியாளர்களாக இருந்த

பாளையக்காரர்களுக்கும், பிரிட்டீஷ் அரசாங்கத்தின் ஏஜெண்டுகளாக இருந்த நவாபுகளுக்குமிடையே வரி வசூல் தொடர்பாய் அவ்வப்போது பிரச்சினைகள் எழுந்த வண்ணமிருந்தன. நவாபுகளின் தந்திரத்தைப் புரிந்து கொண்ட பிரிட்டீஷ் அரசாங்கம், நேரடியாகப் பாளையக் காரர்களுடன் மோதலைத் தொடங்கியது.

புலித்தேவன், கட்டபொம்மன், ஊமைத்துரை, மருது பாண்டியர் உள்ளிட்ட பாளையக்காரர்களுடன் போர் நடத்தினார்கள் பிரிட்டீஷ்க்காரர்கள். தங்களுடன் மோது பவர்களுக்கு மிகுந்த அச்சத்தை உருவாக்க, போராளி களைத் தூக்கிலிட்டார்கள். 1802–ஆம் ஆண்டு போராளி களை முதல்முறையாக நாடு கடத்தினார்கள். நாடு கடத்துவதை 'காலா பாணி' (கறுப்புத் தண்ணீர்) என்ற ழைத்தார்கள் பிரிட்டீஷார்.

தென்தமிழகத்தில் இருந்து சிவகங்கை அரசர் வேங்கை பெரிய உடையணத் தேவரும், போராளிகள் 71 பேரும் பினாங்குக்கு நாடு கடத்தப்பட்டார்கள். இவர்களில் இஸ்லாமிய, கிறிஸ்துவ மதத்தைச் சேர்ந்தவர்களும், பல்வேறு சாதிகளைச் சேர்ந்தவர்களும் இருந்தனர். 73 நாள்கள் நீடித்த கடுமையான கடல் பயணத்திற்குப் பிறகு, அரசியல் கைதிகள் பினாங்கில் சிறை வைக்கப்பட்டனர். பெரிய உடையணத் தேவரை மட்டும் பினாங்கில் இருந்து சுமத்திரா தீவிற்கு மாற்றினார்கள். அங்கு மால்பரோ கோட்டையில் சிறை வைக்கப்பட்ட அரசர், நான்கு மாதங்களில் இறந்து போகிறார்.

தூத்துக்குடியில் இருந்து போராளிகள் கப்பலில் அழைத்துச் செல்வதில் தொடங்கி, மால்பரோ கோட்டை யின் சிறையில் சிவகங்கை அரசர் உயிர்விடுவது வரை யிலான சம்பவங்களை முன்வைத்தே இந்த நாவலை எழுதினேன். இந்த நாவலை எழுதுவதற்காகவே களப் பயணமாக பினாங்குத் தீவுக்கும், சுமத்திரா தீவுக்கும் பயணம் சென்று வந்தேன். பல நாட்கள், பல மணி நேரம் ஆவணக்காப்பகங்களில் இதற்காக ஆதாரங்களைத்

தேடினேன். இரண்டாண்டுகளுக்கும் மேற்பட்ட எனது பெரும்முயற்சியில் உருவானதே 'காலா பாணி' நாவல்.

தங்களது 'காலா பாணி' நாவலுக்கு விருது அறிவிக்கப்பட்டதை எப்படி பார்க்கிறீர்கள்..?

எனது வரலாற்று நாவல்களை எனது எழுத்து என்று சொல்வதைவிட, என் வழியாக வரலாறு தன்னை எழுதிக்கொள்கிறது என்று சொல்வதையே நான் விரும்புகிறேன். நாம் சுதந்திரம் பெற்று 75 ஆண்டுகள் கடந்த பின்னும்கூட, நமது சுதந்திர போராட்டத்தின் தொடக்கமே தென்தமிழகத்தில் இருந்து தொடங்கியது என்பதை உணராமல் இருக்கிறோம். இதனை எப்படியாவது பலரின் கவனத்திற்கு கொண்டுசெல்ல வேண்டுமென்கிற எண்ணத்தில் தான் இதனை எழுதினேன்.

எனது 'வடகரை' நூலுக்கு 2020-இல் எஸ்.ஆர்.எம். தமிழ்ப் பேராயம் 'புதுமைப்பித்தன் விருதோடு', ரூ.1.50 இலட்சம் பரிசுத்தொகையும் வழங்கினார்கள். எனது 3 நூல்கள் தமிழக அரசின் சிறந்த நூல்களுக்கான பரிசுகளைப் பெற்றிருக்கின்றன. மேலும் பல பரிசுகளை எனது நூல்கள் வென்றிருக்கின்றன. பரிசுகள், விருதுகளை எதிர்பார்த்து நான் எழுதுவதில்லை. எனக்கு எதை எழுத வேண்டுமென்று தோன்றுகிறதோ அதைத்தான் இதுநாள்வரை எழுதி வருகிறேன். தொடர்ந்து படைப்பிலக்கியத் தளத்தில் இயங்கிவரும் ஒரு எழுத்தாளரின் படைப்புக்கு கிடைக்கும் பரிசுகளும் விருதுகளும் அந்தப் படைப்பாளி மேலும் இயங்கிட உந்துதலாக இருக்கும் என்பதையும் மறுப்பதற்கில்லை. இந்தப் பரிசோ, விருதோ இல்லையென்றாலும் நான் என்போக்கில் எழுதிக்கொண்டே இருப்பேன் என்பது மட்டும் நிச்சயம். எனது அனைத்து நூல்களையும் வந்தவாசி அகநி வெளியீடு தொடர்ந்து வெளியிட்டு வருவது வருகிறது.

'காலா பாணி' நாவலுக்கு சாகித்திய அகாதெமி விருது அறிவிக்கப்பட்டதை கேட்ட கணம், எனக்கு மன

மகிழ்ச்சியையும் எனது நோக்கம் விரைவில் நிறைவேறு மென்கிற நம்பிக்கையையும் தந்தது.

'இனிய உதயம்' வாசகர்களுக்கு சொல்ல விரும்புவது..?

தமிழில் கவிதை, கட்டுரை, மொழிபெயர்ப்புக்கான சிறந்த இதழாக 'இனிய உதயம்' வருவது மிகுந்த மகிழ்ச்சியைத் தருகிறது. ஒவ்வொரு இதழிலும் எண்ணற்ற கவிதைகள், அழகான வடிவமைப்பு என இதழ் தொடர்ந்து வர வேண்டும். எழுத்தாளர்கள் நம் தமிழ்மொழியின், தமிழகத்தின் வரலாற்றையும் வாசித்துவிட்டு எழுதும்போது, இன்னும் சிறப்பாகவும் ஆழமாகவும் எழுத முடியும்.

தங்களின் எழுத்துப் பயணம் நிறைவளிக்கிறதா?

பொதுவாகவே அரசு அதிகாரிகளிடம் அதிக நேரம் பேசுவதற்கு எதுவுமிருக்காது என்று சொல்வதுண்டு. ஆனால், அதற்கு நேர்மாறானவன் நான். என்னைச் சந்திக்கும் சாதாரண மனிதர்கள் தொடங்கி, பெரிய ஆளுமைகள் வரை அனைவரோடும் நான் பேசுவதற்கும் பகிர்ந்து கொள்வதற்கும் ஏராளமான விஷயங்கள் இருக்கின்றன.

சிலரின் பேச்சு நமக்கு சலிப்பை தந்துவிடும். அல்லது நம் பேச்சு பிறருக்கு சலிப்பை ஏற்படுத்திவிடும். ஆனால், இன்றளவும் நான் லைவ்வாக இருப்பதற்கும், எல்லோரோடும் இயல்பாக பழகுவதற்கும் எனக்கு எழுத்து தான் கைகொடுத்தது. அந்த வகையில் மனிதர்களோடு கலந்து நிற்பதற்கான ஒரு வெளியை எனக்குள் ஏற்படுத்தித் தந்த இந்த எழுத்துப் பயணம் நிறைவையும், மனமகிழ்வையும் எனக்கு அளித்திருக்கிறது என்பதே உண்மை.

(2023, ஜனவரி)

பயணப் பகிர்வு

அள்ளிப் பருகிய அந்தமானின் ஹைக்கூ அழகு...

படிக்கிற காலத்தில் எங்கள் பள்ளியில் இரு ரசிகர் குழுக்கள் இருந்தன. ஒன்று சிவாஜி ரசிகர் குழு. இன்னொன்று எம்.ஜி.ஆர். ரசிகர் குழு. சிவாஜி குழுவின் பொறுப்பாளர் நான். எங்கள் குழுவில் யார் புதிதாக சிலேட் வாங்கினாலும், அதில் சிவாஜி படத்தைத்தான் முதலில் வரைய வேண்டும். அடுத்த குழுவினர் எம்.ஜி.ஆர் படத்தை வரைவார்கள்.

ஒரு தொப்பியும் கண்ணாடியும் போட்டு, எம்.ஜி.ஆரை வரைந்து விடுவது எளிது. ஆனால் நவரச நாயகன் சிவாஜியை வரைவது அவ்வளவு எளிதானதா என்ன..? மிகுந்த சிரமப்பட்டு ஓர் உருவத்தை வரைந்துவிட்டு, 'இதுதான் சிவாஜி' என்று நாங்களே எங்களை ஆறுதல் படுத்திக்கொள்வோம்.

சிவாஜி நடித்த எல்லா படங்களையும் வரிசையாக ஒரு நோட்டில் எழுதி வைத்திருந்தேன். ஒவ்வொரு படமாகப் பார்க்கப் பார்க்க, அதை 'டிக்' செய்துகொள்வேன். நடிகர் திலகம் சிவாஜி நடித்த 192-ஆவது திரைப்படம் 'அந்தமான் காதலி.' 1978-ஆம் ஆண்டு ஜனவரி 26 அன்று வெளியானது. அந்தப் படத்தில் இடம்பெற்ற புகழ்பெற்ற பாடலொன்று;

'அந்த மானைப் பாருங்கள் அழகு;
இளம் பாவை என்னோடு உறவு...'

கவியரசு கண்ணதாசன் வரிகள், எம்.எஸ்.விஸ்வநாதனின் இசையில் கே.ஜே.ஜேசுதாஸ் – வாணி ஜெயராம் குரலில் கேட்டவர் காதுகளுக்குள் தேனெனப் பாய்ந்தன. சிவாஜியும் சுஜாதாவும் காதலில் தோய்ந்து நடித்திருப்பார்கள். அந்தப் பாடலை இப்போது கேட்டாலும் முணுமுணுக்க வைக்கும் பாடலிது.

பள்ளி மாணவனாக 'அந்தமான் காதலி' படத்தைப் பார்த்த நாட்களில், 'நீயும் ஒரு நாள் அந்தமானுக்குச் செல்வாய்' என்று யார் சொல்லியிருந்தாலும் நான் நம்பியிருக்கவே மாட்டேன்.

சரியாய்... 40 ஆண்டுகளுக்குப் பிறகு, அந்தமானைப் பார்க்கும் வாய்ப்பும், அதுவும் 'தமிழ் ஹைக்கூ: இரண்டாவது உலக மாநாட்டில்' பங்கேற்ற இனிய அனுபவமும் இதயமெங்கும் இனித்துக் கிடக்கிறது.

இந்தியாவிலுள்ள யூனியன் பிரதேசங்களில் ஒன்றே அந்தமான் நிக்கோபர் தீவுகள். நம் புதுச்சேரியைப் போல. ஆனாலும் மக்களால் தேர்ந்தெடுக்கப்பட்ட சட்ட மன்றம் கிடையாது. மேதகு லெப்டினன்ட் கவர்னர் அட்மிரல் டி.கே.ஜோஷியின் ஆளுகைக்குக்கீழ் அரசு நிர்வாகம் நடைபெறுகிறது. கேசவ் சந்திரா முதன்மைச் செயலாளராகவும், மக்களவை உறுப்பினராக காங்கிரஸ் கட்சியைச் சேர்ந்த குல்தீப் ராய் சர்மாவும் இருக்கின்றனர்.

இந்த யூனியன் பிரதேசத்தின் தலைநகர் போர்ட் பிளேயர் ஆகும். 8249 சதுர கி.மீ. பரப்பளவுள்ள இந்த தீவையொட்டி, 572 குட்டிக் குட்டித் தீவுகள் உள்ளன. இவற்றில் 36 தீவுகளில் மட்டுமே மக்கள் வாழ்கிறார்கள். இந்த தீவுகளிலெல்லாம் வானம் தொட உயர்ந்த பெரிய பெரிய தென்னை மரங்கள் அதிகளவில் உள்ளன. தீவுகளைச் சுற்றிலும் அடர்ந்த பசுமைக் காடுகள் நிறைந்துள்ளன. கடலடியில் படிந்திருக்கும் பவளப் பாறைகள் பளிச்சென நம் கண்களை ஈர்க்கின்றன.

இங்கு தமிழ் ஆட்சி மொழியாக உள்ளது தனிச்சிறப்பு. இந்தி, ஆங்கிலம், தெலுங்கு, வங்காளம், ஜாரவா, செண்டினல், ஷாம்பென், ஒன்கே மற்றும் அந்தமானிய பழங்குடியின மக்களின் எழுத்து வழக்கில்லாத பேச்சு மொழியும் இங்கு பேசப்படுகிறது. 2011-ஆம் ஆண்டின் கணக்கெடுப்பின்படி மூன்றாவது பெரும்பான்மை மக்கள் பேசும் மொழியாக தமிழ் மொழி உள்ளது.

2004-ஆம் ஆண்டு டிசம்பர் 26 அன்று ஆழிப்பேரலை எனும் சுனாமி இந்தோனேஷியா பகுதியில் தனது தாக்குதலைத் தொடங்கி, இந்தியாவில் முதலாவதாக தாக்கிய பகுதி அந்தமான் நிக்கோபர் தீவிலுள்ள இந்திரா முனை பகுதியைத்தான். இதில் இங்குள்ள 2000-க்கும் மேற்பட்ட மக்கள் பலியாயினர். 40 ஆயிரம் மக்கள் வீடுகளைப் பறி கொடுத்தனர். இந்த தீவிலிருந்த கட்சல் மற்றும் இந்திரா கடற்படைத் தளம் ஆகியன பெரிய அளவில் பாதிக்கப்பட்டன. சுனாமிக்குப் பிறகு இந்த யூனியன் பிரதேச பரப்பளவில் 7950 சதுர கி.மீ மட்டுமே எஞ்சியுள்ளது. இதில் அந்தமான் வடக்கு, அந்தமான் தெற்கு, நிக்கோபர் ஆகிய மூன்று மாவட்டங்கள் உள்ளன.

அந்தமான் வாழ் தமிழர்கள் ஒன்றிணைந்து 'அந்தமான் தமிழர் சங்கம்' என்றொரு அமைப்பினைத் தொடங்கியுள்ளனர். அந்த அமைப்பிற்கென போர்ட் பிளேயரில் தனி அரங்கமே அமைந்துள்ளது. இந்த அந்தமான் தமிழர் சங்கமும், 'தூண்டில்' ஹைக்கூ காலாண்டிதழும், 'இனிய

நந்தவனம்' பல்சுவை மாத இதழும், தமிழ் ஹைக்கூ கவிதையாளர்கள் இயக்கமும் இணைந்து 'தமிழ் ஹைக்கூ: இரண்டாவது உலக மாநாட்டை'க் கடந்த 2024 மே 27, சனிக்கிழமையன்று நடத்தின. மாநாட்டில் பங்கேற்கும் ஆர்வத்தோடும், அந்தமானைச் சுற்றிப்பார்க்கும் பெரு விருப்பத்தோடும் சென்னையிலிருந்து 32 ஹைக்கூ கவிஞர்களோடும், சுவைஞர்களோடும் நானும் சேர்ந்தே பயணமானேன்.

சென்னை விமான நிலையத்திலிருந்து சுமார் இரண்டு மணி நேரப் பயணத்தில் போர்ட் பிளேயர் விமான நிலையத்தை அடைந்தோம்.

யப்பாடி... சென்னை வெயில் எங்களைப் பின் தொடர்ந்துவந்ததைப்போல், காலை 5 மணிக்கே சுட்டெரிக்கும் சூரியக்கதிர்களைப் பரப்பியபடி அந்தமானின் காலைப்பொழுது விடிந்தது. வெயில் அதிகமென்றாலும் அந்தமானைப் பார்க்கும் ஆவலில் எதுவும் பெரிதாகச் சுடவில்லை.

முதலில் செல்லுலார் சிறைக்குச் சென்றோம். இந்திய சுதந்திரத்திற்காகப் போராடிய தியாகிகளை அழைத்து வந்து, பிரிட்டிஷ் ஆட்சியாளர்கள் கொடுமைப்படுத்திய இடமென்பதைப் பார்த்த கணத்திலேயே உணர முடிந்தது. மிகச்சிறிய அளவிலான சிறைக்கூடங்கள், காற்றோட்டமும் சூரிய வெளிச்சமும் கூட உள்ளே வர முடியாமல் தயங்கி நிற்கும் தாழ்வான சிறிய சன்னல், பெரிய இரும்புக் கம்பிகளாலான கதவுகள், உணவைக்கூட கதவைத் திறந்து வழங்காமல், அதற்கும் சுவற்றிலொரு சிறிய திறப்பு... என பார்க்கும்போதே நெஞ்சு பதறியது. ஓரிரு நிமிடங்கள் கூட நிற்க முடியாமல் மூச்சுத்திணறல் உண்டானது. இப்படியான சிறைக் கொட்டடியிலா பல்லாண்டுகளாக உள்ளிருந்து போராடினார்கள் என்று நினைத்தபோது நம் தியாகிகளின் மனவுறுதியை எண்ணி கண்கள் கலங்கின.

செக்கிலுத்தல், சாட்டையடிகள், தூக்குத்தண்டனை நிறைவேற்றல் என பல இடங்களையும் காட்சிப்படுத்தி யிருந்தார்கள். அந்தமானில் இருந்த சுதந்திரப் போராட் டத் தியாகிகளின் பெயர்ப்பட்டியல் கல்வெட்டில் பொறிக் கப்பட்டுள்ளது. தமிழகத்தைச் சேர்ந்த பல நூறு தியாகிகள் அந்தமான் செல்லுலார் ஜெயிலில் சிறைப்பட்டிருந்த போதிலும், எவரின் பெயரும் இல்லாமல் இருந்தது மனதை வருத்தியது. மெட்ராஸ் என்ற குறிப்பின்கீழ் 6 தியாகிகளின் பெயர்கள். அதுவும்கூட இன்றைய ஆந்திராவைச் சேர்ந்த தியாகிகளின் பெயர்களாகவே இருந்தன. தமிழகத்தைச் சேர்ந்த வரலாற்று ஆய்வாளர்கள் யாரேனும் இதுகுறித்த விவரங்களைத் திரட்டி, இந்திய விடுதலைக்காக அந்தமான் செல்லுலார் ஜெயிலில் இருந்து போராடிய தமிழ்நாட்டுத் தியாகிகளின் பெயர்களைச் சேர்ப்பதற்கான முன்னெடுப்பை உடனடியாகச் செய்திட வேண்டும்.

செல்லுலார் ஜெயிலின் வரலாறு குறித்த 40 நிமிட டிஜிட்டல் படமொன்றினை இரவில் திரையில்லாமலேயே திரையிட்டார்கள். கூம்பு வடிவிலான செல்லுலார் ஜெயிலின் சுவர்களே காட்சிகளாக விரிந்தன. அங்கிருந்த மரம், சிறையறை ஆகியவையும் படத்தில் பாத்திரங்களாக பங்கேற்றன. நவீன அறிவியல் தொழில்நுட்பத்தின் பிரம் மாண்டம் மிரட்டுவதாக இருந்தது. காந்தியும், நேருவும், நேதாஜியும் சில நிமிடங்களே வந்துபோன அந்தப் படத்தின் நாயகனாக சாவர்க்கரே முன்நிறுத்தப்பட்டிருந்தார்.

சாவர்க்கரின் அந்தமான் சிறை வாழ்க்கையைக் குறித்து அசுதோஷ் தேஷ்முக் எழுதியிருக்கும் குறிப்பில், “1911–ஆம் ஆண்டு ஜூலை 11 அன்று அந்தமான் சிறைச்சாலைக்கு கொண்டுவரப்பட்டார் சாவர்க்கர். அங்கு வந்த ஒன்றரை மாதத்திலேயே அதாவது ஆகஸ்ட் 29 அன்றே தனது முதல் மன்னிப்புக் கடிதத்தை எழுதினார். அதன்பிறகு 6 முறை மன்னிப்புக் கேட்டு கடிதங்களை எழுதினார். 9 ஆண்டுகள், 10 மாதங்களும் அந்தமான் சிறைக் கொட்டடியில் (சிறை எண்: 52) இருந்த சாவர்க்கரிடம் ஆங்கிலேய எதிர்ப்பு மழுங்கிவிட்டது” என்று பதிவுசெய்துள்ளார்.

இந்திய சுதந்திரப் போராட்டத்தில் தனது உயிரையும் துச்சமென எண்ணிப் போராடிய பல்லாயிரம் தியாகிகள் இருக்கையில், சாவர்க்கரை மட்டுமே நாயகனாகத் தூக்கிப் பிடிக்கும் ஒன்றிய அரசின் மதவாதப் போக்கினை நம்மால் அறிந்துகொள்ள முடிந்தது. இந்தியாவின் பல மொழிகள் பேசும் மக்கள் பல நூறு பேர் குழுமியிருந்த அந்த அரங்கில் ஒளிபரப்பப்பட்ட படம், இந்தி மொழியில் மட்டுமே இருந்தது என்பதும் நெருடலாக இருந்தது. ஆங்கில சப் டைட்டில் கூட இல்லை. மேலும், செல்லுலார் சிறையின் முன்பகுதியில் இருக்கிற பூங்காவிற்கு வீர சாவர்க்கர் பூங்கா என்று பெயரிட்டிருக்கிறார்கள். தற்போது போர்ட் பிளேயரில் அமையவுள்ள பன்னாட்டு விமான நிலையத் திற்கு சாவர்க்கரின் பெயரை வைத்திருப்பதும் ஒன்றிய அரசின் இந்துத்வா மனநிலையை பட்டவர்த்தனமாகக் காட்டுவதாக உள்ளது.

இரண்டாம் நாள், வடக்கு அந்தமானிலுள்ள ரோஸ் ஐலேண்ட் எனப்படும் நேதாஜி சுபாஷ் சந்திரபோஸ் தீவிற்கும், தெற்கு வழித் தீவுக்கும் சென்றோம். கடலுக்குள் இருக்கும் பவளப்பாறைகளை, மீன்களைப் பார்க்கும் கப்பல் பயணங்கள், படகு சவாரி, மோட்டார் படகு சவாரி, பாராசூட் சவாரி என பலவும் இருந்தன. எந்த சவாரி என்றாலும், 1500, 2000, 2500 என்று மிக அதிகமான கட்டணத்தை வைத்திருந்தார்கள். "செல்லாத 2000 ரூபாய் நோட்டு வச்சிருந்தா யாராவது போய்ட்டு வாங்கப்பா..." என்று நண்பர் சொன்னது வெறும் வார்த்தைகளாக இல்லை; சமூக உண்மையெனத் தெரிந்தது.

மனிதர்களைக் கண்டு ஓடாமல், மனிதர்களின் அருகே வந்து நின்ற பல நூறு மான்கள் வியப்பைத் தந்தன. பல நூறு ஆண்டுகளுக்கு முன் பிரிட்டிஷாரால் கட்டப்பட்ட கட்டடங்கள், தற்போது மரங்களாலும் வேர்களாலும், கொடி களாலும் பின்னப்பட்டு, மர வீடுகளாகச் சிதிலமடைந்து நின்ற காட்சி அப்படியே கண்களோரம் தங்கிப்போனது.

மூன்றாம் நாள், போர்ட் பிளேயரிலுள்ள அந்தமான் தமிழர் சங்கக் கட்டடத்தில் 'தமிழ் ஹைக்கூ: இரண்டாவது உலக மாநாடு' நடைபெற்றது. அரங்கின் நுழைவாயிலில் இருந்த பொய்யாப்புலவன் திருவள்ளுவருக்கும், அரங்கின் மேடையில் இருந்த தமிழ்த்தாய்க்கும் மலர் மாலைகளை அணிவித்துவிட்டு, மாநாட்டினைத் தொடங்கினர்.

'இனிய நந்தவனம்' இதழாசிரியர் நந்தவனம் சந்திர சேகரன் அனைவரையும் வரவேற்றார். தமிழ் ஹைக்கூ கவிதையாளர்கள் சங்கத்தின் செயலாளர் மு.முருகேஷ், மாநாட்டின் நோக்கவுரையை நிகழ்த்தினார். சிறப்பு விருந்தினராகப் பங்கேற்ற 'தமிழ்ச் செம்மல்' கவிஞர் தங்கம் மூர்த்தி, அந்தமான் ஹைக்கூ மாநாட்டின் 'தூண்டில்' ஹைக்கூ சிறப்பு மலரை வெளியிட்டு, மிகவும் அர்த்தப் பூர்வமானதொரு ஹைக்கூ உரையை வழங்கினார். அவர் பேசியதாவது:

"ஜப்பானிய வடிவமான ஹைக்கூ கவிதைகள் இன்று உலகின் திசையெங்கும் வலம் வருகின்றன. தமிழில் எண்ணற்ற கவிஞர்களை ஹைக்கூ ஈர்த்திருக்கிறது. வெறும் மூன்று வரி கவிதை என்று ஹைக்கூ குறைத்து மதிப்பிட்டுவிட வேண்டாம். நம் தமிழ் மொழியில் ஒண்ணே முக்கால் வரியில் எழுதப்பட்ட திருக்குறள் உலகப் பொது மறையாகத் திகழ்கிறது. எந்தக் கவிதையையும் வடிவத்தை வைத்து எடை போட்டுவிடக்கூடாது. ஹைக்கூ மூன்று வரி அதிசயம். அதை விரிக்க விரிக்க நம்மையும் கூடவே அழைத்துப்போகும்.

ஹைக்கூ என்பது மௌனங்களின் பாலங்களைச் சொற்களால் உடைத்தல் போன்றது. ஒவ்வொரு சொல்லையும் மிக கவனமாகவும் சரியாகவும் பயன்படுத்த வேண்டும். எளிதாக எழுதிவிடக்கூடிய கவிதை போல ஹைக்கூ தோற்றம் தரும். ஆனால் எழுதும்போது தான் ஹைக்கூ எவ்வளவு பெரிய விருட்சம் என்பது புரியவரும். எதையும் மேலோட்டமான வாசிப்பில் எழுதி விடாமல், ஹைக்கூ குறித்த தேடலோடு எழுதும்போது இன்னும்

நம்மால் ஆழமாக உள்ளிறங்கிப் படைத்திட முடியும். தமிழ் ஹைக்கூ இரண்டாவது உலக மாநாடு அந்தமானில் நடைபெறுவதைப் போல், அடுத்த மாநாடுகள் ஹைக்கூவை உலகிற்குத் தந்த ஜப்பானில் நடைபெற வேண்டுமென்று விரும்புகின்றேன்" என்றபோது கரவொலியால் அரங்கமே அதிர்ந்தடங்கியது.

மாநாட்டின் முதல் அமர்வாக கவிஞர் ம.திருவள்ளுவர் தலைமையில் நடைபெற்ற ஹைக்கூ கவியரங்கில் கவிஞர்கள் கி.மூர்த்தி, சுமதிசங்கர், கவிதா பிருத்வி, காரா ஆகியோர் கவிதைகளைப் படித்தனர். 'ஹைக்கூவும் அமர்வும்' எனும் இரண்டாம் அமர்வு முனைவர் கா.ந.கல்யாணசுந்தரம் தலைமையில் நடைபெற்றது இந்த அமர்வில் கவிஞர்கள் சகா, அன்புத்தோழி ஜெயஸ்ரீ, ஔவை நிர்மலா, பா.தென்றல், ஜா.சலேத், கவி வெற்றிச்செல்வி சண்முகம், பிரேமா கிறிஸ்டி, செந்தில்குமார் ஆகியோர் அனுபவச் சிற்றுரையாற்றினர்.

மதிய உணவுக்குப் பிறகு தொடங்கிய மூன்றாம் அமர்விற்கு கல்வியாளர் எமர்சன் தலைமையில், கவிஞர்கள் கோ.நாராயணமூர்த்தி, மூரா, கவிப்பித்தன், பாரதிவாணர் சிவா, நிக்கி கிருஷ்ணமூர்த்தி, அ.ந.சாந்தாராம் ஆகியோர் எழுத்தனுபவங்களைப் பகிர்ந்து கொண்டனர்.

கவிஞர் ஔவை நிர்மலா எழுதிய 'முகில் பூக்கள்', கவிஞர் கவிதா பிருத்வி எழுதிய 'ஓவியம் வரையும் தூரத்து நிலா' ஆகிய நூல்கள் வெளியிடப்பட்டன. சிறப்புக்குரிய மாநாட்டில் பங்கேற்ற கவிஞர்களுக்கு விருதுகளும், பங்கேற்றவர்களுக்கு நினைவுப் பரிசுகளும் வழங்கப்பட்டன. மாநாட்டில் பங்கேற்ற கவிஞர்களுக்காக நடத்தப்பட்ட ஹைக்கூ கவிதைப்போட்டியில் வெற்றிப் பெற்ற கவிஞர் களுக்கு கவிஞர் நாகலெட்சுமி இராஜகோபாலன் வழங்கிய நூல்கள் பரிசாக வழங்கப்பட்டன. மாநாட்டில் பங்கேற்ற புதியவரான மா.பாலசுப்பிரமணியனும், இளவயது பிரதிநிதியான சா.ஏஞ்சலினும் ஹைக்கூ போட்டியில் பரிசினைப் பெற்றது மகிழ்ச்சிக்குரியது.

மாநாட்டில் அந்தமான் தமிழர் சங்கத் தலைவர் எல்.மூர்த்தி, 'அந்தமான் எக்ஸ்பிரஸ்' நாளிதழின் ஆசிரியர் கே.கணேசன் ஆகியோர் பங்கேற்று வாழ்த்துரை வழங்கினர்.

தமிழ் ஹைக்கூ மாநாடு தந்த உற்சாகத்தில் பலருக்கும் ஹைக்கூ எழுதும் ஆர்வமும் புரிதலும் வந்திருப்பதாகத் தெரிவித்தனர். மாநாடு முடிந்த பிறகும் கலைந்துசெல்ல மனமின்றி அனைவரும் மாநாட்டு அரங்கிலேயே வெகுநேரம் பேசிக்கொண்டே நின்றனர். நின்றுகொண்டே பேசிக் கொண்டிருந்தனர்.

நான்காம் நாளின் விடிகாலையிலேயே எல்லோரும் கிளம்பி, ஹவ்லாக் தீவிற்குப் பயணமானோம். சுமார் 2 மணி நேரப் பயணத்தில் ஹவ்லாக் தீவை அடைந்ததும் அனைவருமே குழந்தைகளாகிப் போனோம். ஆம்... அந்தத் தீவிலுள்ள கடற்கரையில் குளித்த உற்சாகமானது நெடுங்காலம் நெஞ்சில் அலையடித்துக்கொண்டே இருக்கு மென்பது திண்ணம். வெறும் காலை மணலில் வைப்பதற்கு அச்சமூட்டாமல் கடற்கரை மிக தெளிவாகவும் சுத்தமாக வும் இருந்தது.

ஜப்பானிய மண்ணில் முளைத்து, தமிழ் நிலத்தில் கிளைத்து, இன்று செழித்தோங்கி வளர்ந்து நிற்கும் மூவரி ஹைக்கூ கவிதை குறித்த புரிதலையும் தெளிவையும் தருகிற மாநாடாகத் 'தமிழ் ஹைக்கூ; இரண்டாவது உலக மாநாடு' அமைந்ததோடு, இயற்கையழகு கொட்டிக்கிடக்கும் அந்த மானின் பேரழகையும் ஹைக்கூவைப்போல் அள்ளிப் பருகும் பெரும்வாய்ப்பாகவும் அமைந்தது என்பதில் எல்லோருக்கும் மகிழ்ச்சி இரட்டிப்பானது என்பதே எல்லோரும் பிரிகையில் பகிர்ந்துகொண்ட உண்மையான மனதின் குரலாக இருந்தது.

❖